दादाजी कोंडदेव कोण होता?

डॉ. जयसिंगराव पवार

मेहता पब्लिशिंग हाऊस

Please contact us at **Mehta Publishing House Pvt. Ltd.**
✆ +91 020-24476924 / 24460313 / Mob. No. 9545000513
Email : production@mehtapublishinghouse.com
Website : www.mehtapublishinghouse.com

DADAJI KONDEV KON HOTA? by **Dr. JAYSINGRAO PAWAR**

दादाजी कोंडदेव कोण होता? / संशोधनात्मक

author@mehtapublishinghouse.com

संस्थापक : सुनील अनिल मेहता
प्रकाशक : मेहता पब्लिशिंग हाऊस प्रा. लि.
१९४१, सदाशिव पेठ, माडीवाले कॉलनी, पुणे – ४११०३०
मुद्रक : ट्रिनिटी अॅकॅडमी फॉर कॉर्पोरेट ट्रेनिंग लिमिटेड
मुखपृष्ठ : चंद्रमोहन कुलकर्णी
प्रथमावृत्ती : सप्टेंबर, २०२२
किंमत : ₹ १७०

P Book ISBN 9789394258938
E Book ISBN 9789394258945
E Books available on : amazonkindle Apple Books Google Play Books

---

माझी नात
चि. ताराराणी
हीस प्रेमपूर्वक...

लेखकाचे मनोगत

गेल्या १५-२० वर्षांत प्रसंगपरत्वे लिहिलेल्या लेखांचा हा संग्रह इतिहासप्रेमींकडे सुपूर्द करताना आम्हास आनंद होत आहे. या लेखसंग्रहातील 'दादाजी कोंडदेव कोण होता?' हा लेख सर्वांत महत्त्वाचा आहे; कारण आमच्या संशोधकीय कारकिर्दीतील ते एक महत्त्वाचे संशोधन आहे, असे आम्ही समजतो. म्हणूनच या लेखास प्रारंभीचे स्थान देऊन त्याचेच नाव लेखसंग्रहास दिले आहे.

खरे म्हणजे हा लेख एक प्रकारची इतिहासाची पुनर्मांडणीच आहे. आतापर्यंतच्या शिवचरित्रकारांनी दादाजी कोंडदेव याच्या संदर्भात अशी मांडणी केली होती की, सन १६३६मध्ये शहाजीराजांना जेव्हा कर्नाटकात जावे लागले तेव्हा त्यांनी दादाजीवर आपल्या पुण्याच्या जहागिरीचा कारभार सोपवून त्याजकडे जिजाबाई व लहानग्या शिवबास स्वाधीन केले. पुढे शिवबाचे शिक्षण/प्रशिक्षण दादाजीनेच केले. अनेक विद्या व शास्त्रे शिकविली आणि मग नंतर काही वर्षांनी तो जिजाबाई व शिवबासह बंगळुरास शहाजीराजांना भेटावयास गेला. त्यांचा मुक्काम काही काळ तेथे राहिला. पुढे शिवबाची वयाच्या बाराव्या वर्षी जिजाऊ व दादाजी यांच्यासह पुणे प्रांताकडे शहाजीराजांनी रवानगी केली आणि मग दादाजीच्या मार्गदर्शनाखालीच शिवरायांनी स्वराज्याची पायाभरणी केली. ग्रँट डफ - न्या. रानडेंपासून रियासतकार सरदेसाई - पुरंदरे यांच्यापर्यंत दादाजीच्या संदर्भात अशीच मांडणी कमी-अधिक फरकाने झालेली आहे.

दहाएक वर्षांपूर्वी आम्ही जाहीर केलेले संशोधन म्हणजे दादाजी-शिवबाच्या बाबतीतील पुनर्मांडणी आतापर्यंतच्या उपर्युक्त मांडणीस छेद देणारी ठरली आहे. या पुनर्मांडणीत आम्ही पुराव्यांनिशी सिद्ध केले की, बाल शिवाजीराजांचे शिक्षण दादाजीने नव्हे तर बंगळूर मुक्कामी वयाच्या सातव्या वर्षापासून बाराव्या वर्षापर्यंत शहाजीराजांनी केले. एवढेच नव्हे, हे शिक्षण पुढे चालू राहावे यासाठी शहाजीराजांनी जेव्हा शिवरायांची जिजाऊसह पुणे प्रांताकडे रवानगी केली, तेव्हा त्यांच्यासोबत प्रधान, सैन्य, हत्ती-घोडे, खजिना इत्यादींबरोबर 'विख्यात अध्यापकां'चा एक संचही पाठविला. या अध्यापकांनी मग शिवरायांचे विविध विद्या व कला यांमधील पुढील शिक्षण चालू ठेवले. स्वाभाविकच हे जिजाऊंच्या नजरेखाली झाले.

याचाच अर्थ दादाजी हा शिवरायांचा शिक्षक, मार्गदर्शक, गुरू अशी मांडणी म्हणजे शिवचरित्रामधील एक 'मिथक' होते. ती उत्तरकालीन बखरांनी प्रसृत केलेली दंतकथा होती. अशी पुनर्मांडणी करीत असता दादाजीला शिवचरित्रामध्ये आम्ही वास्तव स्थान देण्याची दक्षता घेतली. दादाजी हा अत्यंत एकनिष्ठ व हुशार असा शहाजीराजांचा पुणे जहागिरीचा कर्तबगार कारभारी होता, हे नमूद करावयास आम्ही विसरलेलो नाही. ज्याचे जे आहे ते त्याला दिलेच पाहिजे; पण अवास्तव असेल ते बाजूला सारलेच पाहिजे.

संग्रहातील काही लेख शिवछत्रपतींच्या प्रभावळीतील त्यांच्या कर्तबगार, स्वामीनिष्ठ व पराक्रमी सहकाऱ्यांवर आहेत. त्यामध्ये प्रामुख्याने शिवरायांची राजनीती विशद करणारे रामचंद्रपंत अमात्य, सुरतेच्या स्वाऱ्यांत 'मार्गदर्शन' करणारा डांग-बागलाणमधील दामाराजा हा भिल्लांचा नायक, स्वराज्यावरची शत्रूची पहिली मोहीम परतवून लावून हौतात्म्य पत्करणारा मावळ-सेनानी बाजी पासलकर, स्वराज्याचा पहिला मुस्लीम सेनापती नूर-बेग, तान्हाजी-कोंडाजीसारखा पराक्रम करणारा पाटण खोऱ्यातील कमळोजी साळुंखे-पाटणकर सरदार या शिवकालीन कर्तव्यनिष्ठ व स्वराज्यनिष्ठ अशा शिवरायांच्या सहकाऱ्यांच्या कार्यावर प्रकाश टाकणारे लेख वाचकांना आवडतील, अशी आशा आहे. विशेष म्हणजे यातील भिल्ल नायक दामाराजा प्रथमच प्रकाशात येतो आहे. डांग-बागलाण प्रदेशातील डोंगरखोऱ्यात पिढ्यान्‌पिढ्या सांगितली जाणारी दामाराजाची कथा शिवरायांच्या व्यक्तिमत्त्वाचा एक अनोखा पैलू प्रकाशमान करते. दूरच्या प्रदेशातील आदिवासी समाजसुद्धा शिवरायांना आपला राजा मानत होता, एवढे जरी सत्य आपण या कथेतून स्वीकारले,

तरी ते कमी महत्त्वाचे आहे असे नाही.

आमचे मित्र कॉ. गोविंद पानसरे यांनी काही वर्षांपूर्वी 'शिवाजी कोण होता?' या नावाची एक पुस्तिका लिहिली. तिच्या अनेक आवृत्त्या निघून तिचा लाखोंनी खप झाला. अनेक भाषांत ही पुस्तिका अनुवादित झाली. कॉ. पानसरे हे काही इतिहास संशोधक वा इतिहासकार नव्हते; पण ते शिवचरित्राचे एक चांगले अभ्यासू होते. त्यांच्यापूर्वी कॉ. डांगे प्रभृतींनी शिवचरित्रावर भाष्य करणारे लिखाण केले होते; पण त्यांच्यासारखी सैद्धांतिक चर्चा न करता कॉ. पानसरे शिवचरित्रातून सामान्य माणसास समजेल-उमजेल असे शिवाजीराजाचे मुलखावेगळे कार्य पुढे ठेवतात. शिवचरित्राची वर्तमानातील प्रस्तुतता कशी व का आहे, यावर त्यांचा मोठा भर होता. त्यांचा 'शिवाजी' रयतेची पोटच्या मुलांप्रमाणे काळजी घेणारा आहे; रयतेची पिळवणूक करणाऱ्या अधिकाऱ्यांना व स्त्रियांवर अत्याचार करणाऱ्या अपराध्यांना कठोर शिक्षा करणारा, हिंदू-मुस्लीम ऐक्याचा व बंधुभावाचा पुरस्कर्ता आहे आणि म्हणून तीन-साडेतीनशे वर्षे झाली तरी लोकशाहीतील सामान्य लोकांना शिवाजी राजा 'आपला' वाटतो, असे कॉ. पानसरे यांचे प्रतिपादन आहे.

कॉ. पानसरे यांची भाषाशैली व सादरीकरण अत्यंत प्रासादिक आहे. शिवरायांनी सामान्यांकडून असामान्य कार्य कसे करून घेतले हे स्पष्ट करताना ते म्हणतात :

"सामान्यांना शिवाजीने मोठे केले आणि मग या सामान्यांनी शिवाजीला मोठे केले आणि मग सर्वांनी मिळून खूप मोठे कार्य केले. चांगला विचार जेव्हा सामान्य लोक स्वीकारतात तेव्हा तो विचार हीच एक शक्ती बनते आणि ती शक्ती सामान्यांकडून असामान्य कार्य करून घेते. सामान्यांच्या सहकार्याशिवाय व सहभागाशिवाय इतिहासातील असामान्य कार्ये घडत नाहीत!"

कॉ. पानसरे यांनी किती सोप्या शब्दांत शिवरायांचे युगकार्य मांडले आहे पाहा! असे शिवचरित्र आतापर्यंत कोणी सांगितले नव्हते. म्हणून आम्ही या लेखास 'एक मुलखावेगळा शिवाजी' असे शीर्षक दिले आहे.

आमचा दुसरा एक लेख म्हणजे मराठीचे नामवंत समीक्षक डॉ. श्रीपाल सबनीस यांनी लिहिलेल्या 'छत्रपती शिवराय आणि ब्राह्मण-ब्राह्मणेतर वाद : विवेकवादी भूमिका' या ग्रंथाची समीक्षा करणारा आहे. महाराष्ट्रातील

ब्राह्मण-ब्राह्मणेतर वाद तसा जुनाच असला तरी त्याचा शिवचरित्राच्या संदर्भात नव्याने शोध घेऊन त्याची पद्धतशीर मांडणी त्यांनी केली आहे. ब्राह्मणांनी आपले वर्णवर्चस्व राखण्यासाठी शिवचरित्राचे विकृतीकरण केले आणि त्यामुळे त्यांचे हे लिखाण 'ब्राह्मण्यग्रस्त' झाले, हे ते मान्य करतात; पण लगेच पुढे ते म्हणतात, 'अशा विकृत इतिहासलेखनास निर्दोष उत्तर देण्याऐवजी प्रतिवादसुद्धा ब्राह्मण जातीच्या द्वेषातून जन्माला येत असेल तर तोसुद्धा ब्राह्मण्यग्रस्तच असतो. अर्थात, ही भूमिका ब्राह्मण्यग्रस्त ब्राह्मणेतरांची म्हटली जाईल. इतिहासाचे 'ब्राह्मणीकरण' जसे चुकीचे किंवा घातक तसेच इतिहासाचे 'ब्राह्मणेतरीकरण' सुद्धा वाईट म्हणावे लागेल. म्हणून या मांडणीला शुद्ध पुनर्मांडणी म्हणता येणार नाही.'

डॉ. सबनीस आपली भूमिका अधिक स्पष्ट करताना म्हणतात, 'या दोन भूमिकांमध्ये फरक इतकाच, की ब्राह्मण विद्वानांनी प्रथम विकृतीला सुरुवात केली आणि नंतर ब्राह्मणेतरांनी विरोध म्हणून निषेधात्मक विकृतीचे टोक गाठले!' यासाठी त्यांनी ब्राह्मण पक्षाचे विचारवंत इतिहासाचार्य राजवाडे व ब्राह्मणेतर पक्षाचे विचारवंत कॉ. शरद पाटील यांच्या भूमिकांचा समाचार घेतला आहे.

उपर्युक्त दोन्ही ब्राह्मण्यग्रस्त भूमिकांना विरोध करून डॉ. सबनीस तिसऱ्याच विवेकनिष्ठ भूमिकेचा पुरस्कार करतात. ते लिहितात, 'ब्राह्मण व ब्राह्मणेतर विद्वानांचे विकृत इतिहासलेखन खऱ्या इतिहासाला न्याय देऊ शकणार नाही. त्यासाठी इतिहासलेखनाची तिसरी विवेकनिष्ठ भूमिका व समीक्षेची तिसरी नि:पक्षपाती भूमिका, संस्कृतीच्या सर्व प्रवाहांत केंद्रस्थानी विकसित करणे आवश्यक आहे.' दुसऱ्या शब्दांत ही तिसरी भूमिका विवेकनिष्ठ आणि सत्यनिष्ठ असली पाहिजे. जातिनिष्ठ नव्हे.

प्रस्तुत लेखसंग्रहातील सर्वच लेखांचा परामर्श इथे घेणे अपेक्षित नाही. शेवटी दिलेल्या एका लेखातील कवी भूषणची एक काव्यरचना सादर करून आम्ही आमचे मनोगत संपवू इच्छितो. शिवाजी महाराजांच्या महनीय कामगिरीने भारावून जाऊन कवी भूषण म्हणतो,

''साहितनै सरजा समरत्थ करी करनी धरनी पर नीकी।
भूलिगो भोज से विक्रम से औ भई बलि वेनु की कीरति फीकी।।''

(शहाजीराजाचे पुत्र, सर्व प्रकारचे सामर्थ्य जवळ असणाऱ्या अशा वीरकेसरी शिवाजी महाराजांनी भूतलावर असे महान कार्य केले आहे की

त्यांच्यासमोर बळी आणि वेणू* यांच्यासारख्या महान दातृत्वशील राजांचे यशसुद्धा फिके पडले; एवढेच नव्हे तर लोक महाप्रतापी विक्रमादित्य राजासही विसरून गेले.)

एप्रिल, २०२१

---

* वेणू हा अयोध्येचा नरेश होता. तो निरीश्वरवादी; पण वैज्ञानिक दृष्टीचा व न्यायप्रिय राजा होऊन गेला.

अनुक्रमणिका

१

दादाजी कोंडदेव कोण होता?

इतिहास घडत असता त्यात सहभागी झालेल्या व्यक्तीने त्याचा वृत्तान्त लिहून ठेवला असेल तर ती प्राथमिक स्वरूपाची इतिहासाची मांडणी असते; पण असे फार क्वचित घडते. बहुधा घटना घडून गेल्यानंतर तिच्या इतिहासाची मांडणी केली जाते. ती केव्हा व्हावी, याविषयी काही नियम नाहीत. त्यामुळे ही मांडणी एखादे वेळी चालू पिढीत होईल, पुढच्या पिढीत होईल किंवा चार-पाच पिढ्यांनंतरही होईल.

इतिहासाची सत्यासत्यता कशी ठरवायची, त्यासाठी अनेक निकष आहेत. हा इतिहास लिहिणारा लेखक कोण आहे? कोणत्या काळातील आहे? त्याचे उद्देश कोणते आहेत? इतिहास-लेखनशास्त्राचे काही किमान तरी दंडक त्यास माहीत आहेत काय? या निकषांवर त्याच्या लेखनाचा पोत ठरवावा लागतो. त्यासाठी त्याच्या लेखनप्रेरणाही लक्षात घ्याव्या लागतात.

इतिहास लेखनाच्या संदर्भात एक महत्त्वाचा दंडक सतत नजरेसमोर ठेवावा लागतो. तो म्हणजे, No Document, No History! साधने नसतील, दस्तऐवज नसतील, तर इतिहास नाही! याचाच अर्थ इतिहास हा

साधनांवर आधारित असतो. मग ती साधने कागदपत्रे असतील, ताम्रपट असतील, नाणी असतील किंवा आणखी काही; पण त्याशिवाय, त्यांच्या आधाराशिवाय लिहिला जाणारा इतिहास हा कल्पनाविलास ठरतो. सांगोवांगीच्या गोष्टी ठरतात. एखादा लेखक तुम्हाला इतिहास सांगतो, त्या वेळी त्यात साधनांवर आधारित विधाने कोणती व तर्कावर आधारित कोणती, हे सहसा सामान्य वाचकांच्या लक्षात येत नाही. अनेकदा असे होते की, थोडासा आधार मिळताच त्यावर तर्क लढविला जातो आणि असा तर्क लढवून जो इतिहास सांगितला जातो, त्यास सामान्य वाचक वास्तव वृत्तान्त म्हणून स्वीकारतो; पण खऱ्या अभ्यासकांच्या लक्षात येते की यात दूध किती आहे आणि पाणी किती आहे. अशा प्रकारे दुधाचे व पाण्याचे परस्पर प्रमाण किती आहे, हे इतिहासाच्या पुनर्मांडणीत सापडते.

एकदा इतिहासाची मांडणी झाली, म्हणजे इतिहास थांबतो; इतिहास लेखनाची गरज राहत नाही, असे कधीच होत नाही. इतिहासलेखन ही सतत चालू असणारी प्रक्रिया आहे. एक प्रकारची ही सत्यशोधन करणारी व अविरत चालणारी इतिहासकारांची दिंडीच आहे. या दिंडीच्या वाटेवर नवे सत्य गवसले आणि ज्याला आपण 'सत्य' म्हणून आजवर स्वीकारले त्याला छेद देणारे ते असेल तर त्याचा चिकित्सक पद्धतीने अभ्यास करून ते स्वीकारले पाहिजे आणि पूर्वीचे आपले तथाकथित सत्य नाकारले पाहिजे; ते नाकारून आपली चूक मान्य करण्याची सत्याग्रही वृत्ती व धाडस इतिहासकाराने दाखविले पाहिजे, तरच इतिहास अधिकाधिक दृढ पायावर उभा राहील.

इतिहासाच्या मांडणीची व पुनर्मांडणीची अनेक उदाहरणे देता येतील. खरे तर हा एक स्वतंत्र ग्रंथाचा विषय आहे. (प्रस्तुत लेखकाने शिवाजी विद्यापीठाच्या शाहू संशोधनाच्या वतीने 'महाराष्ट्राचा इतिहास : मांडणी व पुनर्मांडणी' या विषयावर महाराष्ट्रातील इतिहास अभ्यासकांची एक 'गोलमेज परिषद' भरविली होती व त्या ठिकाणी वाचल्या गेलेल्या विचारलेखांचा संग्रहही प्रसिद्ध केला आहे.) इथं आपणास एका लेखाच्या मर्यादेत इतिहासाची मांडणी व पुनर्मांडणी कशी होत असते, याची कथा शिवचरित्रातील एका गाजलेल्या प्रकरणाचे उदाहरण पुढे ठेवून सांगायची आहे. शिवचरित्रामध्ये दादाजी कोंडदेव याची प्रतिमा शिवरायांचा शिक्षक, गुरू, मार्गदर्शक म्हणून पिढ्यान्‌पिढ्या रुजली होती. या प्रतिमेला छेद देणारी पुनर्मांडणी कशी व

का झाली, याचाही एक इतिहास आहे.

आता प्रतिप्राद्य विषयाला आरंभ करण्यापूर्वी वाचकांनी इतिहास ज्यांच्या आधारे लिहिला जातो, त्या साधनांविषयी काही महत्त्वाचे दंडक लक्षात घेतले पाहिजेत. त्यामध्ये इतिहासाच्या साधनांचे दोन प्रमुख प्रकार असतात. (१) समकालीन साधन म्हणजे इतिहास जेव्हा घडला त्या काळातील किंवा जवळपासच्या काळातील तयार झालेले साधन, (२)उत्तरकालीन साधन म्हणजे इतिहास घडून गेल्यानंतर बऱ्याच कालखंडानंतर म्हणजे एक-दोन पिढ्यांनंतर अथवा १००-१५० वर्षांनंतर तयार झालेले साधन. यामध्ये कोणते साधन महत्त्वाचे? समकालीन साधन हे उत्तरकालीन साधनाहून महत्त्वाचे मानले जाते, हे उघड आहे. समकालीन साधन उत्तरकालीन साधनाहून अधिक ग्राह्य मानावे, हेही तेवढेच स्पष्ट आहे.

ज्या दादाजी कोंडदेवविषयी इतिहासकारांनी 'शिवाजी राजांचा पालक, शिक्षक, मार्गदर्शक' वगैरे म्हणून गौरव केला आहे, त्या दादाजीविषयी समकालीन साधने काय म्हणतात ते प्रथम पाहू :

समकालीन साधनांतील दादाजी कोंडदेव

१. दादाजीविषयी समकालीन कागदपत्रांत मोजकेच उल्लेख आहेत. उदा. 'राजश्री दादाजी कोंडदेऊ सुभेदार नामजाद व कारकून किले कोंढाणा व माहालानिहाय', 'मा। दादाजी कोंडदेऊ सुभेदार', 'दादाजी कोंडदेऊ कारभारी', 'राजश्री दादाजी कोंडदेऊ यांणी मुलकास कौल देऊन वसाहती करविली ते समई...', 'दादो कोंडदेवाचे वेलेस...', 'कारकिर्दी दादाजी कोंडदेऊ चालत आले असेल ते खरे...' वगैरे. यामध्ये दादाजीचा शिवरायाचा पालक, शिक्षक, गुरू असा कुठेच उल्लेख नाही.

२. जेधे शकावली, जेधे करीना, शिवभारत अशी शिवचरित्राची अस्सल समकालीन साधने आहेत. त्यात दादाजीच्या नावाचा साधा उल्लेखही नाही.

३. दादाजीविषयी महत्त्वाची नोंद करणारी शिवकालातील एकमेव बखर म्हणजे 'सभासद बखर.' पण, तीही काही दादाजीची समकालीन म्हणता येणार नाही. दादाजी सन १६४७ मध्ये मृत्यू पावला व सभासदाने आपली बखर १६९४ ते १६९७ दरम्यान लिहिली. म्हणजे जवळजवळ

दादाजी कोंडदेव

५० वर्षांनी लिहिली; पण ती शिवकालातील (शिवकाल हा सन १७०७ पर्यंत पुढे मानला जातो) असल्यामुळे बखर साहित्यात तिला अनन्यसाधारण स्थान आहे. या बखरीत दादाजीविषयी एकच कलम आहे. ते म्हणजे :

'शाहाजीराजे यांसि दौलतेमध्ये पुणे परगणा होता. तेथे दादाजी कोंडदेव शाहाणा चौकस ठेविला होता. तो बेंगळूरास महाराजांचे भेटीस गेला. त्याबरोबर राजश्री शिवाजीराजे व जिजाबाई आऊ ऐशी गेली. ते समयी राजियास बारा वर्षे होती. (निरोप घेते समयी) बराबर शामराव नीळकंठ म्हणून पेशवे करून दिले व बाळकृष्णपंत, नारोपंत दीक्षिताचे चुलत भाऊ, मजुमदार दिले व सोनोपंत डबीर आणि रघुनाथ बलाळ सबनीस ऐसे देऊन दादाजीपंतांस व राजे यांसि पुण्यास रवाना केले. ते पुण्यास आले. येताच बारा मावळे काबीज केली. मावळे देशमुख बांधून, दस्त करून, पुंड होते त्यांस मारिले. त्याजवर कालवशात दादाजी कोंडदेव मृत्यू पावले.'

बखरीतील दादाजी कोंडदेव

उपरोक्त **समकालीन साधनांमध्ये कोठेही दादाजीचा उल्लेख 'शिक्षक, प्रशिक्षक, पालक अथवा मार्गदर्शक' असा येत नाही.** मग दादाजीस ही बिरुदावली इतिहासकारांनी कशाच्या आधारे चिकटवली? त्यांचे सर्व आधार म्हणजे उत्तरकालीन बखरीतील संदर्भ. या बखरी किती उत्तरकालीन आहेत पाहा :

१. ९१ कलमी बखर : सन १७३५. दादाजीनंतर ८८ वर्षांनी लिहिलेली.
२. चित्रगुप्त बखर : सन १७५९. दादाजीनंतर १०२ वर्षांनी लिहिलेली (सभासद बखरीची वाढीव आवृत्ती)

३. मल्हार रामराव चिटणीस बखर : सन १८१७. दादाजीनंतर १७० वर्षांनी लिहिलेली.
४. शिवदिग्विजय : सन १८१८. दादाजीनंतर १७१ वर्षांनी लिहिलेली.
५. शेडगावकर बखर : सन १८५४. दादाजीनंतर २०७ वर्षांनी लिहिलेली.

या सर्वच बखरींतील उतारे इथं देण्याची आवश्यकता नाही. वानगीदाखल दोन पाहू :

९१ कलमी बखरीमधील २०वे कलम म्हणते :

'शाहाजीराजे यांणी दादाजी कोंडदेऊ कुलकर्णी मौजे मलठण ताा पाटस पाा पुणे लिहिणार इमानी जाणून त्यांचे स्वाधीन मुलूख कूल यखतीयारी देऊन ठेविले. पागा हजार पोक्तसर सिदी हिलाल हपसी तैनाती केले... दादाजी कोंडदेऊ यांचे स्वाधीन मुलूख केला ते समई सांगितले जे चिरंजीव (शिवाजीराजे) व स्त्री (जिजाबाई) जुन्नरी आहेत त्यास आपलेपासी आणोन माहाल बांधून उभयेतास अन्नवस्त्रे देऊन **चिरंजीवास शहाणे करणे.** हे आज्ञा करून शाहाजीराजे विज्यापुरास गेले. दादाजीपंती शिवनेरीहून जिजाऊस व सिवबास आणून पुणे वसवून लाल माहाल बांधोन उभयेतांस बरे इजतेने ठेविले. वस्त्रे व अलंकार उत्तम करून आपल्या संनिध ठेविली...'

पुढे २१व्या कलमात म्हटले आहे :

'जाधवराऊ यांच्या दाव्यामुळे (शहाजीराजांनी) दुसरे लग्न केले. तुकाबाई, मोहित्यांची कन्या, स्त्री दुसरी केली. तीस पुत्र येकोजीराजे जाले. जिजाऊ व सिवाजीराजे त्यांचा (शहाजीराजांनी) त्याग केला. मुख पाहाणे नाही. दादाजीपंत पुण्यामध्ये मर्यादेने जिजाऊंचे चालवीत होते. **सिऊबास शहाणे केले. घोडे फिरविणे यैसे तरबेत केले..**'

उपरोक्त ९१ कलमी बखरीतील कलमांप्रमाणे शहाजीराजांच्या आज्ञेने दादाजींनी शिवाजीराजांना शहाणे केले. घोडेसवारी, दांडपट्टा प्रशिक्षण दिले. लाल महाल बांधून इज्जतीने ठेवले वगैरे.

मल्हार रामराव चिटणीस आपल्या 'सप्तप्रकरणात्मक शिवचरित्रा'च्या

बखरीत सांगतो :

'शिवाजी महाराज पुणेयास आल्यावर लाल महाल म्हणून वाडा दादाजी पंतीं बांधिला होता तेथे राहाते जाले, दादाजीपंतीं प्रांत पूर्वी लाविलाच होता. जागां जागां प्रांतास उपसर्ग देणार यास नतिजा देऊन प्रांतींची आबादानी करून महाराजांची (शिवाजी राजांची) मर्जी रक्षून, यांचे आज्ञेप्रमाणे कारभार करून व यांस महितगारी व दौलतीची कवाईत (कारभार) सांगून चालविते जाले. राजेसाहेब वडील पुत्र, सर्व दौलतीचे खावंद हे होत, आणि यांचे गुण व शाहाणपण, दैव विचित्र दिसते. जाणून आज्ञा तसेच राखून चालावें, म्हणून चालले. महाराजांनीही वडिली ठेविले सेवक आणि कर्ते, बहुत पोख्त इतबारी (विश्वासू) जाणून त्यांची मर्यादा वडिलांप्रमाणे धरून, भिडेनेंच त्यांशी वागावें असें मनांत आणून तसें करिते जाले.'

'ते समयीं (शिवाजी) महाराजांनीं विचार केला जे, 'आपण वडिलांनी मेळविलें तें खाऊन राहणे योग्य नाहीं. आपण हिंदू. दक्षिणदेश सर्व म्लेंछांनीं ग्रासिला. देव, ब्राह्मण, क्षेत्रें, गाई यांस बहूत पीडा जाली. धर्म अगदीं बुडाला. तेव्हां धर्मरक्षणार्थ प्राणही वेंचून धर्म रक्षावा आणि आपले पराक्रमानें नवीन दौलत संपादावी. तें अन्न भक्षून फौज व लोक जमा करावे, आणि वडिलीं मेळविलें तेंही रक्षून नवें साधन करावें हेंच या कुळांत जन्म झालियाचें सार्थक व श्रेयस्कर. देवावर व दैवावर भार घालून, पुरुष-प्रयत्न-अवलंबन करावें. त्यास दैव जसें जसें साह्य होईल तसें तसें अधीक करीत जावें. मग देव परिणामास नेणार समर्थ आहे.' याप्रकारें मनांत कल्पना पूर्व-जन्मांतर-योगें आणूं लागले व निश्चयही तसाच करिते जाले. वय असेंच वेंचणें व्यर्थ, म्हणून दादाजी कोंडदेव यांस सल्हा विचारली. त्यांणींही 'आपण मनांत आणिलें, परंतु या कर्माचा शेवट लागणें परम दुर्घट आहे. सर्व पृथ्वी यवनांनीं बहूत काल पादाक्रांत केली. स्थळें व किल्ले, जागे, फौज त्यांची पृथ्वींत भरून निघाली. या करण्यास आपणांस मातबर स्थळें असावी; हिंदू राजे व हिंदू फौज जागां जागां आपलें साह्य करीत असें असावें; आपणही परम दुष्कर कर्मे, श्रम, साहस जिवाहून अधीक करावें; त्यास ईश्वराची अनकूलता व येखादे सिद्ध पुरुषाचा आशीर्वाद घडावा, तेव्हा अशा गोष्टी अवलंबाव्या. असें असून साहेब मनांत आणितात हे कठीण. वडील यवनांची सेवा करून, योग्यता मेळवून, त्यांजपासून दौलत मेळवून, त्यांचें जें (अन्न) खात आहेत याचा विचार म्हणावा, तरि हे युगच

विपरीतच आहे. तेव्हां दिवसेंदिवस धर्म अधीक क्षयास जाणार, तेथें साहेब चित्तांत आणितात हें दुरासद. काल-देश-वर्तमान तिहीं करून मनसब्यास येत नाहीं. नवे न मिळे आणि वडिलीं दौलत, मनसब, सरंजाम, लौकिक मेळविले ते गमाविले हें वांट्यास न यावें.'

पुणे प्रांती वाडा बांधून दादाजीने शिवाजीराजांची मर्जी सांभाळून पुणे जहागिरीचा कारभार विश्वासाने केला, असे सांगून मल्हार रामराव पुढे म्हणतो, की शिवाजीराजाच्या मनात हिंदवी स्वराज्य संस्थापनेचे विचार येऊ लागले व त्या संदर्भात त्यांनी दादाजीचा सल्ला विचारला तेव्हा पंत उद्‌गारले, "साहेब चितात आणितात ते दुरासाद. देश कालवर्तमान तिही करून मनसब्यास येत नाही. नवे न मिळे आणि वडिली दौलत, मनसब, सरंजाम, लौकिक मेळविले ते गमाविले हे वाट्यास न यावे!"

शिवाजीराजाचे विचार म्हणजे नवे काही मिळवणे दूरच; पण हातचे आहे ते घालविण्याचे लक्षण आहे, असे विचार असणाऱ्या दादाजीविषयी आता इतिहासकार कसे चित्र रंगवितात पाहा :

इतिहासकारांनी रंगवलेले चित्र

न्या. म. गो. रानडे - बाल शिवाजीचा पालक आणि शहाजीच्या जहागिरीचा व्यवस्थापक.... आईच्या बरोबरीचे पण दुसरे स्थान... कडक शिस्तीचा मार्गदर्शक... त्याने युद्ध व शांतता या दोन्ही स्थितीतील व्यवहार-विद्या शिकवली.

इतिहासाचार्य वि. का. राजवाडे - मावळातं स्वतंत्र राज्य स्थापावे, अशी शहाजीची दादाजी कोंडदेवाच्या सल्ल्याने मसलत झाली होती... स्वतंत्र राज्य स्थापण्याचे कार्य शहाजीने स्वत:च्या शिरावर न घेता शिवाजीच्या व दादाजी कोंडदेवाच्या शिरावर टाकले होते.

भारताचार्य चिं. वि. वैद्य - शिवाजीसमोर दादाजी कोंडदेव व जिजाबाई ह्या अत्यंत धर्मनिष्ठ व सदाचरणी व्यक्ती होत्या... शिवाजीचे वरिष्ठ शिक्षण दादाजी कोंडदेव व कारभारी व मातु:श्री जिजाबाई यांच्या देखरेखीखाली उत्तम प्रकारचे झाले.

रियासतकार सरदेसाई - शिवाजीला योग्य शिक्षण देण्यात जिजाबाईला मुख्य साहाय्य दादाजी कोंडदेवचे होते... शिवाजीचे शिक्षण व जहागिरीची

व्यवस्था दोन्ही गोष्टी दादाजीने अल्पावधीत फार चांगल्या सिद्धीस नेल्या. दादाजी एक लहानसा कारकून होता, हा समज चुकीचा आहे. तो राजकारण जाणणारा चतुर, मुत्सद्दी व करडा प्रधान होता. शहाजीची नोकरी इमानाने बजावीत असता शिवाजीस त्याने योग्य वळण लावून पुढील उद्योगास समर्थ केले... शहाजीच्या जहागिरीची व्यवस्था म्हणजेच भावी राज्याचा पाया त्याने घालून दिला.

वानगीदाखल काही निवडक मोठ्या इतिहासकारांची दादाजीविषयी मते वर उद्‌धृत केली आहेत. त्यात न्या. रानड्यांनी दादाजीस शिवाजीराजाच्या जीवनात जिजाऊंच्या खालोखाल स्थान दिले आहे. महाराष्ट्रात स्वराज्य स्थापनेची मसलत शहाजीने दादाजीच्या सल्ल्याने ठरवून ती जबाबदारी शिवाजीराजा व दादाजीवर टाकल्याचे इतिहासाचार्य राजवाडे यांनी म्हटले आहे. रियासतकार सरदेसाईंनी तर त्यापुढे दहा पावले टाकून दादाजीने शिवाजीराजाच्या भावी राज्याचा पाया घालून दिला, असे मोठ्या गौरवाचे उद्‌गार काढले आहेत.

दादाजीविषयीची उपरोक्त समकालीन व उत्तरकालीन साधने बारकाईने तपासली तर काय चित्र उभे राहते? दादाजी हा अत्यंत विश्वासू व कर्तबगार सेवक असल्याचे पाहून शहाजी महाराजांनी त्याची पुणे जहागिरीचा मुतालिक म्हणजे कारभारी म्हणून नेमणूक केली व त्याच्यावर जिजाऊ व शिवबांच्या व्यवस्थेचीही जबाबदारी सोपविण्यात आली. ही दोन्ही कामे त्याने कार्यक्षमतेने पार पाडली, असे समकालीन कागदपत्रांतील चित्र आहे. त्यात कुठेही दादाजी शिक्षक, पालक, मार्गदर्शक नाही.

दादाजीला शिक्षक, पालक, मार्गदर्शक वगैरे म्हणून उत्तरकालीन (म्हणजे दादाजीनंतरच्या अनेक पिढ्यांनी लिहिलेल्या) बखरींतून उल्लेख आढळतो; पण सवाल असा निर्माण होतो की कोणते उल्लेख खरे मानायचे? समकालीन की उत्तरकालीन? समकालीन कागदपत्रांत दादाजीकडूनच्या शिवबाच्या शिक्षण-प्रशिक्षणाचा उल्लेख नाही; पण उत्तरकालीन बखरींवर किती विसंबून राहायचे. बरे, उत्तरकालीन उल्लेख ग्राह्य मानले तरी घोडसवारी, तलवार-दांडपट्टा यांचे शिक्षण-प्रशिक्षण दादाजींनेच शिवबास दिले असेल असे नाही. तो जहागिरीचा कारभारी होता. त्याच्या हाताखाली या कलांत तरबेज असणारे अनेक मावळे होते. त्यांनी हे शिक्षण-प्रशिक्षण शिवबास दिले असणार हा तर्क चुकीचा होणार नाही.

पण, महाराष्ट्रातील इतिहासकारांनी दादाजीस घोडसवारीच्या प्रशिक्षणाच्या उल्लेखाच्या साहाय्याने शिवबाच्या शिक्षकपदावर बसवायचे होते (कारण महापुरुष कितीही मोठा झाला तरी त्याला लहानपणी शिकवणारे शिक्षक असतातच या न्यायाने). त्यामुळे दादाजीला हा सन्मान मिळाला; पण प्रकरण घोडसवारी, तलवार-दांडपट्टा इथंच थांबत नाही. दादाजीने मग शिवबास प्रशासननीती, रणनीती, राजनीती, अर्थनीती, सर्व कला इत्यादी अनेक विषयांतही तज्ज्ञ बनविले अशी कमी-जास्त पुस्ती प्रत्येकाने जोडून दादाजीचे प्रमोशन 'शिक्षकपदा'वरून 'गुरूस्थानांवर केले!

दादाजी : शिवरायांच्या जीवनाचा शिल्पकार (?)

काही इतिहासकारांनी दादाजीला केवळ 'गुरू'च नव्हे तर शिवरायांच्या जीवनाचे 'शिल्पकार' बनविले! पुढील परिच्छेद पाहा :

"आता या छोट्याशा नव्या स्वतंत्र राज्याचा कारभार पंतांनी घालून दिलेल्या शिस्तबद्ध पद्धतीनुसार सुरू झाला. पंत स्वत:च कारभार पाहत होते. मलिक अंबरापेक्षाही काकणभर सरस अशी जमीनमहसुलाची पद्धत पंतांनी घालून ठेवलेली होती. घोडदळ, पायदळ, किल्ले, न्याय वगैरे सर्व खाती चोख होती. पंतांच्याइतकीच करडी शिस्त व पंतांच्याइतकीच साखरमाया शिवाजीराजांच्या स्वभावांत उतरली होती.

एखाद्या कुशल शिल्पकाराने देवाची मूर्ती घडविण्यासाठी हातांत हातोडा आणि छन्नी घ्यावी. अगदी तन्मय होऊन अत्यंत सुंदर मूर्ती घडवावी. प्रसन्न देवपण त्या मूर्तींत अवतरावें. मूर्ती पूर्ण होतांच त्या शिल्पकाराने तिच्याकडे पाहावें आणि चटकन् हातीचा छन्नी-हातोडा खाली ठेवून त्याने ओंजळभर फुलें भक्तिभावाने त्या मूर्तीवर गहिंवरून वहावींत; त्या 'देवाला' नमस्कार करावा, अन् म्हणावें, 'त्वमेव माता च पिता त्वमेव ....त्वमेव सर्वं मम देव देव !'--ही मूर्ती मीं घडविली, मीच हिचा निर्माता आहे, हा अहंकार तेथे रतीभरही न सापडावा; अगदी हीच स्थिती पंतांच्या मनाची होती. शुद्ध आनंद! पंतांनी शिकविलेल्या प्रत्येक गोष्टीत राजे अगदी तरबेज झाले होते. एवढ्याशा लहानग्या वयात राजांची ही प्रगल्भ कर्तृत्वशक्ती पाहून सर्वांना आश्चर्य वाटे. पंतांना मात्र फक्त अमाप आनंदाचें भरतें येई. त्यांचा आनंद त्या शिल्पकाराचा होता. शिवरायाची मूर्ती त्यांनी घडविली होती;

पण ही मूर्ती मीं घडविली; मीच हिचा निर्माता आहें; असा अहंकार पंतांच्या मनात कधीही उमटला नाही. शिवरायांची सुंदर मूर्ती घडल्यावर पंतांनी आपल्या हातांतील कारभाराचा हातोडा आणि लेखणीची छन्नी खाली ठेवली आणि शिवाजीराजांना भक्तिभावाने नमस्कार केला. मूर्तिकाराचें नाते संपलें. भक्ताचें नातें सुरू झालें.''

हा उतारा आहे शिवशाहीर बाबासाहेब पुरंदरे यांच्या 'राजा शिवछत्रपती' या चरित्रग्रंथातील. बाबासाहेबांची ओजस्वी वाणी व लेखणी, प्रतिभाशाली साहित्यशैली यामुळे त्यांचे शिवचरित्र घराघरात गेले; उत्तुंग लोकप्रियता त्यांना या ग्रंथाने दिली, हे कोण नाकारू शकेल? पण, त्यांनी आपल्या ग्रंथात शिवरायाच्या जडणघडणीच्या संदर्भात इतिहासाची जी मांडणी केली, तिच्याकडे दुर्लक्ष कसे करता येईल? अभ्यासकास ती तपासून घ्यावीच लागेल. दादाजीने शिवरायाची सुंदर, देवपण असणारी मूर्ती घडविली खरी, पण 'ही मूर्ती मी घडविली, मीच हिचा निर्माता आहे' हा अहंकार त्यांना रतीभरही शिवला नाही,' हे बाबासाहेबांचे विधान इतके स्वयंस्पष्ट, स्वयंसिद्ध आहे की त्याबद्दल काही भाष्य करण्याची आवश्यकताच नाही; पण बाबासाहेबांची ही इतिहासाची मांडणी त्यांची एकट्याची नाही. इतिहासाचार्य राजवाडे यांच्यापासून ही मांडणी महाराष्ट्रातील अनेक मान्यवर इतिहासलेखक करत आले आहेत. बाबासाहेबांनी ही मांडणी अलंकारिक भाषेत, लालित्यपूर्ण शब्दांत, मोहक भाषाशैलीत, एखादे पंचपक्वान्नाचे ताट रांगोळी, फुलांच्या माळा घालून सजवावे, त्याप्रमाणे मराठी माणसासमोर ठेविली आहे इतकेच.

या सर्वांचा प्रभाव मराठी जनमानसावर पडल्याशिवाय कसा राहील! मराठी नाटके, कादंबरी, इतिहासाची क्रमिक पुस्तकेही या प्रभावापासून दूर राहणे शक्यच नव्हते. (प्रस्तुत लेखकाने, म्हणजे आम्ही ४० वर्षांपूर्वी महाविद्यालयीन विद्यार्थ्यांसाठी लिहिलेले एक प्रमुख पुस्तकही त्यास अपवाद राहिले नाही. पुढे दादाजीविषयीचे नवे संशोधन याच लेखकाने पुढे आणले, त्या वेळी या जुन्या पुस्तकातील पारंपरिक माहिती विरोधकांनी त्याचे संशोधन झाकाळून टाकण्यासाठी टी.व्ही.च्या पडद्यावर अनेकदा नाचविली; पण त्याचे नवे संशोधन मात्र त्यांना खोडून काढता आले नाही.)

चौथीच्या पुस्तकातील इतिहासाची मांडणी

सन २००५-०६ मधील गोष्ट आहे. महाराष्ट्रात जेम्स लेन प्रकरण व लाल महालातील दादाजीचा पुतळा हे प्रकरण चांगलेच पेटले होते. सर्वत्र दादाजीची चर्चा चालू होती. पुण्यातील काही सामाजिक संघटनांनी एकत्र येऊन 'दादाजी'वर एक चर्चासत्र ठेवले होते. दादाजी कोंडदेव हे शिवराय यांचे गुरू होते, असे म्हणणाऱ्या संशोधकांनाही त्यासाठी बोलाविले होते. प्रतिपक्ष म्हणून प्रा. हरी नरके, डॉ. वसंतराव मोरे यांच्यासह मलाही पाचारण केले होते. मी व्याख्यानाची तयारी करत होतो. समोर माझी चौथीत शिकणारी नात खेळत होती. मला माहीत होते की चौथीच्या इतिहासाच्या पुस्तकात शिवचरित्र गोष्टीरूप सांगितले आहे. मी तिला सहज विचारले, "बाळ, शिवाजी महाराजांचे गुरू कोण होते?" क्षणाचाही विलंब न लावता तिने उत्तर दिले, "दादाजी कोंडदेव!" मी म्हणालो, "ते कसे काय?" यावर ती म्हणाली, "आमच्या टीचरनी शिकवले आहे. पुस्तकातही दादाजी बालशिवाजीला भालाफेकीचे शिक्षण देत असल्याचे चित्र आहे!"

हा आमच्या घरातला मी घेतलेला अनुभव. महाराष्ट्राच्या घराघरात ४०-५० वर्षे हेच शिवचरित्र असेच शिकविले गेले होते. शिवबाचे गुरू म्हणजे दादाजी कोंडदेव हे समीकरण दोन-तीन पिढ्या मराठी माणसांच्या डोक्यात पक्के बसवले गेले होते. शिक्षक व गुरू यांच्यातील ही गल्लत होती. या संदर्भात शिवचरित्राची मांडणी दोन-तीन पिढ्या कशी होत होती, हे चौथीच्या पुस्तकातील पुढील उताऱ्यावरून व त्यासमोर दिलेल्या चित्रावरून स्पष्ट होईल. तो मजकूर असा-

'दादाजीच्या देखरेखीखाली शिवरायांचे शिक्षण पुढे चालू झाले. घोडा भरधाव फेकणे, तलवार चालवणे, भाला फेकणे, तिरंदाजी करणे, पट्टा फिरविणे, कुस्ती खेळणे यात शिवराय तरबेज झाले. जहागिरीचा कारभार पाहण्यासाठी दादाजीबरोबर शिवराय स्वत: जात. शिवरायांच्या समक्ष दादाजी लोकांचे तंटे तोडत. न्यायनिवाडा करत. त्यामुळे लोकांना आपलेसे कसे करावे, न्याय कसा करावा या गोष्टी शिवरायांना कळू लागल्या.'

शिवभारत व इतिहासाला कलाटणी देणारे 'ते दोन शब्द'

दरम्यान, माझी पुण्याच्या परिसंवादाची तयारी चालू होती. दादाजी कोंडदेवाच्या संदर्भातील सर्व साधने मला तपासून पाहावयाची होती. विशेषत:, समकालीन साधनांमध्ये दादाजीचा कुठे शिवरायांचा शिक्षक म्हणून, पालक म्हणून अथवा मार्गदर्शक म्हणून उल्लेख येतो काय, याचा शोध घ्यायचा होता; पण तसा संदर्भ कुठेच सापडला नाही. जेधे शकावली, जेधे करीना, शिवभारत ही समकालीन अस्सल साधने तर दादाजीचा साधा नामोल्लेखही करीत नव्हती; पण या साधनांपैकी कवी परमानंदाचे शिवभारत (जे शिवाजी महाराजांच्या आज्ञेने रचले गेले होते) बारकाईने अभ्यासत असता मी एका श्लोकातील दोन शब्दांपाशी कुतूहलाने थबकलो. ते शब्द पुन:पुन्हा वाचले आणि एका एकी शिवरायांच्या चरित्रातील एक उपेक्षित दालन अनपेक्षितरीत्या प्रकाशमान झाले! शिवरायाच्या शिक्षणाची नवी उपपत्तीच माझ्यासमोर उभी राहिली! दादाजी कोंडदेवाच्या जुन्या पारंपरिक उपपत्तीला ती शह देऊ पाहत होती!

२४ एप्रिल, २००६ रोजी पुण्यात डॉ. बाबासाहेब आंबेडकर सभागृहात झालेल्या परिसंवादात वाचलेल्या प्रबंधात मी ती सूत्रबद्ध रीतीने सादर केली. या वेळी पुण्यातील वातावरण एवढे क्षुब्ध झाले होते, की शे-दीडशे पोलिसांचा कडेकोट बंदोबस्त सभागृहाभोवती ठेवण्यात आला होता.

शिवभारतामधील त्या श्लोकांकडे वळण्यापूर्वी सभासद बखरीतील पूर्वोक्त कलमाचा परामर्श घेणे आवश्यक आहे. हे कलम सांगते की, दादाजीने जिजाऊ व शिवराय यांना पुण्याहून बंगळुरास नेले त्या वेळी 'राजीयास बारा वर्षे होती.' म्हणजे ते साल सन १६४१ येते. याचा अर्थ सन १६३० ते १६४१ या १२ वर्षांच्या कालावधीत शिवराय पुण्यात होते. सभासद ही जरी दादाजीनंतर ५० वर्षांनी तयार झालेली बखर असली तरी ती शिवकालीन समजली गेल्याचे सर्वच इतिहासकारांनी (एक बेंद्रे व मेहेंदळे यांचा अपवाद सोडता) **या कालावधीत शिवरायाचे शिक्षण दादाजीने पुणे जहागिरीत केले, असे गृहीत धरून लिखाण केले व तिथंच या कलमाने सर्वांना चकवलं. या कलमास छेद देणाऱ्या शिवभारतासारख्या अस्सल समकालीन साधनातील पुरावा कोणीच लक्षात घेतला नाही.**

शिवभारतकार परमानंद आपल्या नवव्या अध्यायात श्लोक क्र. ६१ ते ७३मध्ये शिवरायांच्या बालपणाच्या शिक्षणाविषयी सांगतो :

'बलराम व कृष्ण यांच्या योगे जसा वासुदेव नेहमी शोभत असे त्याप्रमाणे शंभूजी (शिवरायांचे थोरले बंधू) व शिवाजी यांच्या योगे शहाजी शोभत असे.

शंभूजीपेक्षा वयाने धाकटा पण गुणांनी मोठा असा आपला पुत्र शिवाजी यावर शहाजीराजांचे फार प्रेम होते... मग तो गुणवान मुलगा (शिवाजी) सात वर्षांचा झालेला पाहून तो मुळाक्षरे शिकण्यास योग्य झाला आहे, असे शहाजीराजास वाटले.

तेव्हा प्रधानांच्या समवयस्क पुत्रांसह बुद्धिमान आणि स्पष्टोच्चार करणाऱ्या त्या पुत्राला (शहाजीराजांनी) गुरूच्या मांडीवर बसवले.

गुरुजी जो पहिले अक्षर लिहिण्यास सांगतात तोच हा (शिवाजीराजा) दुसरे अक्षरसुद्धा लिहून दाखवीत असे.

सकल विद्यांचे द्वारच अशी जी मुळाक्षरे ती सर्व गुरुजींनी त्याला उत्तम रीतीने शिकविली.'

या श्लोकात एक गोष्ट स्पष्टपणे नमूद केली आहे, ती म्हणजे शहाजीराजे सन १६३६मध्ये कर्नाटकात गेले, त्या वेळी त्यांच्याबरोबर जिजाऊ व शिवबा हेही गेले होते; तिथे वयाच्या सातव्या वर्षी शिवरायांच्या शिक्षणाचा शुभारंभ बंगळूर येथे शहाजीराजांच्या व्यवस्थेखाली झाला.

शिवरायांच्या शिक्षणाचा प्रारंभ पुणे जहागिरीत दादाजीच्या व्यवस्थेखाली न होता शहाजीराजांच्या प्रत्यक्ष व्यवस्थेखाली झाला, हे सिद्ध करण्यास हा अस्सल पुरावा सबळ नाही काय? दादाजी पुणे जहागिरीत कारभारीपदावर व शिवराय व जिजाऊ कर्नाटकात बंगळूर जहागिरीत. याचा अर्थ आतापर्यंतचे इतिहासकारांचे गणित चुकले. त्यांना सभासदाने चकविले!

बंगळूर मुक्कामी शिवराय त्यांच्या १२ वर्षांच्या वयापर्यंत राहिले. मग शहाजीराजांनी जिजाऊंची व त्यांची पुणे जहागिरीकडे रवानगी केली. या संदर्भात परमानंद सांगतो, **'जेव्हा शिवाजीस बारावे वर्ष लागले,** तेव्हा दूरदर्शी शहाजीराजाने शंकराच्या आज्ञेप्रमाणे त्या सूर्याप्रमाणे तेजस्वी आणि शुभलक्षणी अशा शंभूच्या पाठच्या पुत्रास (शिवाजी) बोलावून त्यास पुणे प्रांताच्या अधिकारावर नेमले. तेव्हा स्वदेशाप्रत जाऊ इच्छिणारा तो शिवाजी

राजा विशेष शोभू लागला. **नंतर काही हत्ती, घोडे व पायदळ, पिढीजात विश्वासू अमात्य, त्याचप्रमाणे विख्यात अध्यापक, बिरुदे, उंच ध्वज, विपुल द्रव्य, त्याचप्रमाणे अद्वितीय कर्मे करणारे दुसरे परिजन या समवेत त्या पुण्यशील पुत्रास शहाजीराजाने शुभदिनी पुणे प्रांती पाठविले.** मग काही दिवसांनी तो सूर्यवंशोत्पन्न (शिवाजीराजा) कर्नाटक प्रांताहून महाराष्ट्र देशास निघाला. प्रभाव, उत्साह व मंत्र या तीन शक्ती, सेनासमूह आणि स्वत:ची राजलक्ष्मी यांनी युक्त असा शिवाजीराजा पुणे शहरास पोचला. पुढे अनुकूल मंत्र्यांच्या साह्याने प्रजेला (आनंद) देत असता तो पराक्रमी (शिवाजीराजा) हळूहळू वाढू लागला. त्याचबरोबर त्याचे यशही वाढू लागले.... त्या विनयशील व गुणवान शिवाजीराजाच्या पदरी असलेले गुरू कृतार्थ झाले- (म्हणजे त्यांनी शिकविलेल्या सर्व विद्या व कला यामध्ये तो निपुण झाला.)'

शिवरायाबरोबर शहाजीराजांनी हत्ती, घोडे, पायदळ, विश्वासू प्रधान, शूर सेनानी, बिरुदे, ध्वज, खजिना इत्यादी गोष्टी तर दिल्याच; **पण सर्वांत महत्त्वाचे म्हणजे, 'विख्यात अध्यापकांचा' एक संचच सोबत पाठविला. 'विख्यात अध्यापक' हेच ते दोन शब्द ज्यांनी प्रस्थापित इतिहासाला कलाटणी दिली आहे.**

परमानंद इथंच थांबत नाही तर या विख्यात अध्यापकांनी (पंडितांनी, विद्वानांनी) शिवरायांना कोणकोणत्या विद्या व कला शिकवल्या, त्यांची यादीच तो सादर करतो. तो सांगतो की या पंडितांनी शिवरायास-

''श्रुती, स्मृती (वेद-उपनिषदे इ.) १८ पुराणे, महाभारत, रामायण, सर्व प्रकारची शास्त्रे, काव्यशास्त्र, व्यायामविद्या, वास्तुविद्या, सांग धनुर्वेद, सामुद्रिक (समुद्रविषयक शास्त्र म्हणजे आरमार विद्या), निरनिराळ्या भाषा, गजारोहण, अश्वारोहण, रथसारथ्य, चढणे-उतरणे, उडी मारणे, दौड करणे या कला तलवार, धनुष्य, चक्र, भाला, पट्टा ही शस्त्रे चालवण्याची कला, युद्धशास्त्र, बाहुयुद्धकला, दुर्गस्थापत्य, दुर्गम प्रदेशातून (शत्रूच्या कचाट्यातून) निसटून जाणे, (शत्रूच्या मनातील) इंगित जाणणे, विष उतरविणे, रत्नपरीक्षा करणे, सर्व प्रकारची अवधाने (सावधगिरी) राखणे या सर्व विद्या, कला व शास्त्रे यांमध्ये शिवाजीराजांनी स्वत: प्रवीण होऊन गुरूस मोठे यश दिले.'

शिवरायांचे शिक्षण करणारे, त्यांस निरनिराळ्या विद्या व शास्त्रे शिकविणारे

त्यांचे शिक्षक (गुरू) कोण, हा प्रश्न परमानंद निकालात काढतो. एवढेच नव्हे; तर उत्तरकालीन बखरींनी व इतिहासकारांनी शिवरायांना दांडपट्टा, घोडेसवारी शिकविण्याचे दिलेले शिक्षकाचे श्रेयही दादाजी कोंडदेवास परमानंद देत नाही.

सर्वांत महत्त्वाचे म्हणजे शिवरायांना कोणकोणत्या विषयांत त्यांच्या शिक्षकांनी तज्ज्ञ केले, हे होय. श्रुती-स्मृती, रामायण-महाभारत हे तर पारंपरिक विषय तर होतेच; त्याशिवाय आरमारविद्या, दुर्गशास्त्र, बाहुयुद्ध इत्यादी विषयांची खास नोंद घ्यावी लागेल; कारण त्यांची प्रचिती आपणास शिवचरित्रात अनेक ठिकाणी येते. अफजलखान भेटीच्या प्रसंगात बाहुयुद्धाचा, आग्राहून सुटकेच्या प्रसंगात दुर्गम प्रदेशातून निसटून जाणाऱ्या कलेचा, आरमार स्थापनेच्या घटनेतून नौकानयनशास्त्राचा प्रत्यय आल्याशिवाय राहत नाही. म्हणजे परमानंद सांगतो त्या सांगोवांगीच्या, कल्पनेतील गोष्टी नाहीत. त्यास प्रत्यक्ष शिवचरित्रातील अद्भुत प्रसंगच साक्षी आहेत.

शिवभारतातील उपरोक्त अधोरेखित केलेल्या समकालीन अस्सल पुराव्याच्या आधारे मी पुण्याच्या परिसंवादात दादाजी कोंडदेवाने शिवरायाचे शिक्षण केले नसून, शहाजीराजांच्या व्यवस्थेखाली त्यांनी पुणे जहागिरीत पाठविलेल्या निष्णात अध्यापकांनी (शिक्षकांनी) ते केले, याची सूत्रबद्ध मांडणी केली. पुणे जहागिरीत शिवरायांचे हे शिक्षण राजमाता जिजाऊंच्या मार्गदर्शनाखाली झाले, असा तर्क मांडला तर तो चुकीचा ठरणार नाही, असेही मी प्रतिपादन केले. या सर्व अध्यापकांची पुढे तीन-चार वर्षे पुण्यात निवासाची, शिध्याची, मानधनाची व्यवस्था लावण्याची कामगिरी दादाजीने जहागिरीचा कारभारी म्हणून चोख बजावली असेल, यात शंका नाही. अर्थात ते त्याचे कामच होते.

पुण्याच्या या परिसंवादास व तेथील माझ्या प्रतिपादनास महाराष्ट्रातील सर्व वृत्तपत्रांनी दुसरे दिवशी ठळक प्रसिद्धी दिली. काही उत्साही मंडळींनी फटाके फोडून या पुनर्मांडणीचे स्वागत केले. या सर्वाचा परिणाम समाजमनावर पडू लागला. चौथीच्या पुस्तकाचे पुनर्लेखन व्हावे, ही मागणी जुनीच होती. आता या मागणीला जोर चढून अखेर 'बालभारती'स ती मान्य करावी लागली.

अशी झाली पुनर्मांडणी

२००८मध्ये बालभारतीने इतिहासतज्ज्ञांची एक समिती चौथीच्या पुस्तकातील 'काही' त्रुटी दूर करण्यासाठी स्थापन केली. समितीचा एक सदस्य म्हणून माझी नेमणूक झाली. समितीचे कामकाज वर्षभर चालले. सदर पुस्तकातील 'शिवरायांचे शिक्षण' या प्रकरणाच्या पुनर्लेखनाची जबाबदारी बालभारतीने माझ्यावर सोपविली. मी प्रकरण पुनर्लिखित करून त्यास समितीची मान्यता घेतली. वाचकांच्या माहितीसाठी त्यातील आवश्यक तेवढा मजकूर इथं उद्धृत करत आहे. त्यावरून मी केलेल्या संशोधनावरून इतिहासाची पुनर्मांडणी कशी झाली, हे ध्यानात येईल.

शिवरायांच्या शिक्षणास प्रारंभ : स्वतः शहाजीराजे हे संस्कृतचे गाढे पंडित होते. त्यांनी आपल्या बंगळूरच्या दरबारात अनेक भाषांच्या पंडितांना आणि कलावंतांना आश्रय दिला होता. शिवरायांसाठी त्यांनी हुशार शिक्षकांची नेमणूक केली होती. तेथे वयाच्या सातव्या वर्षीच त्यांच्या शिक्षणाला प्रारंभ झाला. थोड्याच काळात शिवराय लिहिण्या-वाचण्याच्या कलेत पारंगत झाले. रामायण, महाभारत, भागवत यांतील गोष्टी ते स्वतः वाचू लागले. शहाजीराजांनी शिवरायांना युद्धकला शिकवण्यासाठी काही शिक्षकांची नेमणूक केली होती. त्यांनी शिवरायास घोड्यावर बसणे, कुस्ती खेळणे, दांडपट्टा फिरवणे, तलवार चालवणे इत्यादी विद्या शिकवण्यास प्रारंभ केला. अशा प्रकारे वयाच्या बाराव्या वर्षापर्यंत शिवरायांना शहाजी राजांच्या मार्गदर्शनाखाली विविध विद्या व कला यांचा परिचय झाला.'

लवकरच आदिलशहाने शहाजीराजांना कर्नाटकातील नायकांची राज्ये जिंकण्याच्या मोहिमेवर पाठवले. या मोहिमेवर जाण्यापूर्वी शहाजीराजांनी जिजाऊ व शिवराय यांची पुणे जहागिरीकडे रवानगी केली. त्या वेळी त्यांच्याबरोबर शहाजीराजांनी हत्ती, घोडे, पायदळ, खजिना, ध्वज, तसेच विश्वासू प्रधान, शूर सेनानी आणि विख्यात शिक्षक यांना धाडले...

दादाजी कोंडदेवांची कामगिरी : जिजाऊ व शिवराय कर्नाटकात असताना इकडे पुणे जहागिरीची व्यवस्था दादाजी कोंडदेव पाहत होते. ते कोंढाण्याचे सुभेदारही होते. ते मोठे इमानी सेवक होते. कारभारात चोख होते, तसेच ते न्यायी होते. त्यांची शिस्त कडक होती. शहाजीराजे व

जिजाबाई यांच्यावर त्यांची निष्ठा होती. त्यांनी आता शहाजीराजांच्या आदेशाने पुण्यात जिजाबाई व शिवराय यांना राहण्यासाठी मोठा वाडा बांधला. त्याचे नाव लाल महाल. शेतकऱ्यांनी शेतीची लागवड करावी, म्हणून दादाजींनी त्यांना काही वर्षे साऱ्याची सूट दिली. त्यामुळे शेते लागवडीस आली. माजलेले लांडगे शेतकऱ्यांना त्रास देत, म्हणून लांडगे मारण्यासाठी त्यांनी बक्षिसे लावली. त्यामुळे बरेच लांडगे मारले गेले. चोरांचा सुळसुळाट झाला होता. दादाजींनी शेतकऱ्यांची पथके उभारली व त्यांचा पहारा बसवला. चोरांचा बंदोबस्त केला. जमिनीची प्रतवारी ठरवून तिच्यावर त्यांनी सारा आकारला. त्यामुळे लोकांना आनंद झाला.

शिवरायांचे शिक्षण : शिवराय पुणे जहागिरीत आले, तरी त्यांचे शिक्षण जिजाबाईंच्या देखरेखीखाली चालूच राहिले. बंगळूरहून येताना शहाजीराजांनी सोबत दिलेल्या नामवंत शिक्षकांनी शिवरायांना अनेक शास्त्रे, विद्या व भाषा शिकवल्या.

उत्तम राज्यकारभार कसा करावा, शत्रूशी युद्ध कसे करावे, किल्ले कसे

बंगळूर मुक्कामी शिवरायांचे शिक्षण शहाजीराजे यांच्या मार्गदर्शनाखाली झाले. मार्गदर्शक म्हणून शहाजीराजे उभे आहेत. (नव्या सुधारित पुस्तकातील चित्र)

बांधावे, घोडे व हत्ती यांची परीक्षा कशी करावी, शत्रूच्या दुर्गम प्रदेशातून निसटून कसे जावे इत्यादी अनेक विद्या शिवरायांना अवगत झाल्या. शिवरायांची शिक्षणातील ही प्रगती पाहून जिजाऊंना मोठा आनंद झाला.

जिजाबाईंची शिवरायांस शिकवण : जिजाबाई ही काही सामान्य स्त्री नव्हती. लखुजीराव जाधवांसारख्या बलाढ्य सरदाराची ती कन्या आणि शहाजीराजांसारख्या पराक्रमी पुरुषाची ती पत्नी होती. राजकारणाचे व युद्धनीतीचे बाळकडू जिजाबाईंना लहानपणापासूनच मिळाले होते. जाधव व भोसले या दोन्ही प्रसिद्ध घराण्यांची लढाऊ परंपरा त्यांच्या ठिकाणी एकत्र आली होती. जिजाबाई मोठ्या स्वाभिमानी व स्वातंत्र्यप्रिय होत्या. मराठा सरदाराने कितीही पराक्रम केला तरी सुलतानांच्या दरबारात त्याचे चीज होत नाही, याचा त्यांना वाईट अनुभव आला होता. निजामशहाने भर दरबारात त्यांच्या पित्याची हत्या केली होती, त्याचे दुःख त्यांनी पचवले होते. जिजाबाईंनी आता निश्चय केला होता की, त्यांचा शिवबा अशी परक्यांची चाकरी करणार नाही. तो स्वतःच आपल्या लोकांचे राज्य म्हणजे स्वराज्य स्थापन करील. या विचाराने त्या शिवरायांना घडवत होत्या.' (बालभारती : शिवछत्रपती)

वाचकांच्या ध्यानात येईल की या पुनर्मांडणीत पुणे जहागिरीचा कारभारी म्हणून शहाजीराजांचा एक इमानदार, न्यायी, चोख कारभारी, कडक शिस्तीचा, एकनिष्ठ सेवक म्हणून त्याच्या प्रतिमेला आम्ही कुठेही धक्का लावलेला नव्हता. दादाजीचे जे श्रेय आहे, ते त्याला दिलेच पाहिजे. पूर्वीच्या पुस्तकात असलेला मजकूर तसाच ठेवला; पण शिवरायांना शिक्षण देणारा, निरनिराळ्या विद्या व शास्त्रे शिकवणारा दादाजी मात्र आम्ही पुराव्यानिशी दूर केला. शहाजीराजांच्या व्यवस्थेखाली, जिजाऊंच्या मार्गदर्शनाखाली शिवरायांचे शिक्षण झाले, असे चित्र आम्ही जनमानसात या पुस्तकाचे रूपाने रुजवले.

चौथीचे पुस्तक २००९ साली नव्याने रुजू झाले. दादाजीच्या पाठीराख्यांनी काही ठिकाणी निषेध मोर्चे, रास्ता रोको, वृत्तपत्रीय लेख, टीकाटिपणी करून दादाजीस चौथीच्या पुस्तकातून गायब केल्याची हाकाटी केली. विधानमंडळातही हा प्रश्न उपस्थित केला गेला; पण लोकांचा त्यांना प्रतिसाद मिळाला नाही; कारण लोकांच्याही लक्षात आले की, दादाजीला आम्ही त्याचे योग्य श्रेय देऊन कुठे अन्याय केलेला नाही. **बालभारतीच्या**

पुस्तकातील शिवरायांच्या शिक्षणाची केलेली इतिहासाची पुनर्मांडणी विरोधकांना खोडून काढता आली नाही; कारण आम्ही ती समकालीन अस्सल पुराव्यावर आधारित केलेली होती.

आतापर्यंतच्या विवरणाचा निष्कर्ष हाच की, जेव्हा इतिहासाची साधने नव्याने उजेडात येतात किंवा जेव्हा उपलब्ध साधनांची वेगळी चिकित्सा होते, त्या वेळी इतिहासाची पुनर्मांडणी ही आवश्यक बाब ठरते. अशी पुनर्मांडणी अनेकदा प्रस्थापित ज्ञानास, श्रद्धेस धक्का देणारी असू शकते; पण इतिहासाचा धर्म 'सत्य' हाच आहे. इतिहासकाराची भूमिका त्या धर्माचे-सत्याचे-पालन करणारी असली पाहिजे. तशीच ती लवचीकही असली पाहिजे. नवे संशोधन, नवी चिकित्सा यामुळे आपणच मांडलेली प्रमेये बदलण्याचा प्रसंग आला, तरी त्याने ती धाडसाने बदलायला हवी. चुकीच्या प्रमेयांचा आग्रह हा इतिहासास घातक ठरतो. इतिहास संशोधकांनीही आपल्या पूर्वीच्या चुकीच्या प्रमेयाशी चिकटून राहता कामा नये.

(पूर्वप्रसिद्धी : वसा : दिवाळी अंक : २०१८)

❖

२

सागरावर स्वराज्य निर्माण करणारा राजा - शिवछत्रपती

सर्वसाधारणपणे मराठी माणसाला छत्रपती शिवाजी महाराजांच्या चरित्रामधील त्यांच्या पराक्रमाच्या व धाडसाच्या गोष्टी माहीत असतात. तथापि, महाराजांच्या चरित्रामधील त्यांचे प्रशासन, किल्ले, लष्कर, आरमार, परराष्ट्रनीती इत्यादी विषयांकडे फारसे गांभीर्याने पाहिले जात नाही. वास्तविक, या विषयांमधील महाराजांची कामगिरी त्यांच्या पराक्रमांपेक्षाही मोठी आहे; कारण याच क्षेत्रांतील त्यांच्या अद्वितीय कामगिरीमुळे त्यांना शत्रूंवरही नेत्रदीपक विजय मिळविता आले.

दिल्लीपतीही सागरावर हतबल

त्या काळी दिल्लीपती मोगल बादशहाचे सर्व हिंदुस्थानावर वर्चस्व होते. सर्वांत मोठी सत्ता बादशहाचीच होती. त्याचे प्रचंड लष्करी व राजकीय सामर्थ्य पाहून हिंदू लोक त्याची 'जगदीश्वरो वा दिल्लीश्वरो वा' अशी स्तुती करीत होते; पण असा हा जगदीश्वराच्या तोडीचा मोगल बादशहा सागरावर मात्र हतबल होता. हिंदुस्थानास शेकडो मैलांचा सागरी किनारा लाभला होता; पण हिंदुस्थानातील कोणतीही सत्ता त्याचा लाभ उठवून

आरमार उभारू शकलेली नव्हती. कधी प्राचीन काळी हिंदुस्थानला वैभवशाली आरमारी परंपरा होती, याची स्मृतीही देशातील कोणा हिंदी सत्तेला आता राहिलेली नव्हती. सुमारे हजार वर्षे हिंदुस्थानची आरमारी परंपरा लुप्तप्राय झालेली होती. या सर्व पार्श्वभूमीवर एका मराठा राजाने त्या परंपरेचे पुनरुज्जीवन करून स्वतंत्र आरमारी सत्ता स्थापन केली, ही घटना पाहिली की मन चकित झाल्याशिवाय राहत नाही.

सागराचे स्वामी परकीय सत्ता

जशी भूमी आमची होती; पण तिच्यावर सत्ता चालत होती यवनांची, तसा सागर आमचा होता; पण त्याच्यावर सत्ता चालत होती पोर्तुगीज, डच, फ्रेंच, इंग्रज व सिद्दी या परकीय सत्तांची. मायभूमीप्रमाणेच हा सागरही पारतंत्र्यातच होता. पाच-सात हजार मैलांवरून येऊन - युरोपियनांनी आमच्या किनाऱ्यावर ठाणी स्थापन केली होती व त्यांच्या आश्रयाने ते सागरावर त्यांची सत्ता चालवीत होते. सिद्दीसारखी आफ्रिकन जमात तर जंजिऱ्याच्या आश्रयाने कोकणातील प्रजाजनांवर अनन्वित अत्याचार करीत होती. किनाऱ्यावरील हिंदूंची छोटी छोटी तारवे या परक्या सत्तांच्या संमतीशिवाय सागरावर संचार करू शकत नव्हती. पोर्तुगिजांनी तर आपण हिंदी समुद्राचे स्वामी आहोत, असे जगजाहीरच करून टाकले होते.

मराठी आरमाराची स्थापना

१६५६ साली शिवाजी महाराजांनी जावळीचे राज्य जिंकून घेतले. महाड - रायगडचा प्रदेश ताब्यात आला. त्या वेळी शिवप्रभूंना सागराचे पहिले दर्शन घडले. पुढे लवकरच १६५८ साली महाराजांनी कल्याण-भिवंडी हा आदिलशाही सुभा जिंकला आणि महाराजांचे स्वराज्य उत्तर कोकणात स्थापन झाले; पण याबरोबर एक नवी जबाबदारी महाराजांवर येऊन पडली. ती म्हणजे या कोकणी प्रदेशातील प्रजेचे सागरी शत्रूपासून संरक्षण करण्याची जबाबदारी. या प्रजेचे संरक्षण समर्थ आरमार हाती असल्याशिवाय होणार नाही, याची जाणीव महाराजांना झाली व तातडीने ते आरमार उभारण्याच्या कार्यास लागले. महाराजांचा अमात्य रामचंद्र

पंडित याने आपल्या 'आज्ञापत्र' या नावाच्या ग्रंथात ही जाणीव मोजक्या शब्दांत मांडली आहे. अमात्य म्हणतो, 'आरमार म्हणजे येक स्वतंत्र राज्यांगच आहे. ज्यास अश्वबल त्याची पृथ्वी प्रजा आहे तद्वतच ज्याजवळ आरमार त्याचा समुद्र. याकरिता आरमार अवस्यमेव करावे.'

शिवाजी महाराजांकडे कोणा पूर्वजाचा आरमारी वारसा नव्हता. पूर्वापार चालत आलेले प्रगत आरमारी तंत्रज्ञान नव्हते; पण आरमार उभे करण्याची जिद्द होती. ईर्ष्या होती. कोकण किनाऱ्यावरील कोळी-भंडारी हे कुशल दर्यावर्दी होते. जहाजासाठी उत्तम सागवान लाकूड सह्याद्रीत होते. या सर्वांचा उपयोग करून शिवाजी महाराजांनी १६५८ साली कल्याण-भिवंडीच्या खाडीत आरमाराची मुहूर्तमेढ रोवली. प्रारंभी त्यांनी पोर्तुगीज कारागिरांना जहाजबांधणीसाठी आपल्या चाकरीत ठेवले होते; पण जेव्हा हे वृत्त पोर्तुगीज व्हाइसरॉय यास समजले तेव्हा त्याच्या पोटात भीती उत्पन्न झाली, की शिवाजीने आरमार उभारले तर आपणास सागरावर फार मोठा धोका निर्माण होईल. म्हणून त्याने त्या कारागिरांना फितवून आपल्याकडे आणले; पण महाराजांनी जिद्द न सोडता स्थानिक कारागिरांच्या मदतीवर आरमार उभारण्याचा उपक्रम चालू ठेवला आणि अवघ्या आठ-दहा वर्षांत मराठा आरमारी काफिले सागरावर डौलाने संचार करू लागले.

मराठा आरमाराची व्यवस्था

शिवाजी महाराजांचे आरमार दिवसेंदिवस वाढत गेले. त्यांच्या कारकिर्दीच्या शेवटी मराठा आरमारात लहान-मोठी मिळून ७०० जहाजे होती, असे महाराजांचा चरित्रकार कृष्णाजी अनंत सभासद सांगतो. त्यामध्ये गुराब व गलबत हे मुख्य प्रकार असून, शिबाड, तरांडी, तारू, पगार, तिरकाटी, पाल, माचवा, होडी इत्यादी अनेक प्रकारही होते. आरमारात अनेक सुभे म्हणजे विभाग असत. त्या प्रत्येक सुभ्यावर एक अधिकारी नेमलेला असे. अशा सर्व सुभ्यांचे मिळून आरमार तयार होई. या आरमाराची दोन दले असत. प्रत्येक दलावर एक स्वतंत्र आरमारी अधिकारी नेमला जाई. त्यासाठी महाराजांनी 'मायनाईक' व 'दर्यासारंग' अशी दोन प्रमुख पदे निर्माण केली होती. मायनाईक म्हणून हिंदू भंडारी अधिकारी तर दर्यासारंग म्हणून मुसलमान अधिकारी नेमला जाई.

सागरी किल्ल्यांची निर्मिती

केवळ आरमार उभारून स्वराज्यरक्षणाचे काम पूर्ण होणार नव्हते. या आरमारास आश्रय देणाऱ्या सागरी किल्ल्यांची उभारणी करणे आवश्यक होते. ही गरज लक्षात घेऊन महाराजांनी कोकणपट्टीवर विजयदुर्ग, सुवर्णदुर्ग, रत्नागिरी, पदमदुर्ग, सिंधुदुर्ग, खांदेरी इत्यादी अनेक सागरी किल्ले बांधले. या सर्वांत सिंधुदुर्गचा किल्ला महत्त्वाचा होय. सुरत लुटीतील अगणित संपत्तीने तो बांधला होता. खुद्द महाराजांचे हात त्याच्या बांधकामास लागले होते. महाराजांचा हा आवडता सागरी किल्ला होय.

शिवछत्रपतींनी बांधलेला जलदुर्ग - सिंधुदुर्ग

दुसरा महत्त्वाचा सागरी किल्ला म्हणजे पदमदुर्ग. हा सिद्द्यांचा बंदोबस्त करण्यासाठी राजापूरच्या खाडीवर बांधला. अशाच प्रकारे मुंबईकर इंग्रजांवर वचक ठेवण्यासाठी मुंबईच्या तोंडावर असलेल्या खांदेरी बेटावर एक किल्ला बांधला. इंग्रजांनी या किल्ल्याच्या बांधकामास विरोध केला; पण महाराजांनी त्यास न जुमानता किल्ला बांधून काढला.

शिवाजी महाराजांची आरमारी कामगिरी

शिवाजी महाराजांची सर्वांत मोठी कामगिरी म्हणजे त्यांनी कोकणातील

स्वराज्याच्या प्रजाजनांचे सिद्दी, पोर्तुगीज व इंग्रज इत्यादी शत्रूंच्या धाडीपासून संरक्षण केले. सिद्दी तर फारच क्रूर शत्रू होता. कोकणातील गावांवर धाडी घालून तो उभी पिके कापून नेई, लोकांच्या कत्तली करी, स्त्रिया-मुले यांना गुलाम करून जहाजांवर नेई. महाराजांनी अशा शत्रूचा कोकणातील प्रदेश जिंकून आरमाराच्या साहाय्याने त्यास जेर केला. सिद्दीप्रमाणेच पोर्तुगिजांनाही महाराजांनी आरमाराच्या साहाय्यानेच दबावाखाली ठेवले. पोर्तुगीज आपल्या परवान्याशिवाय हिंदी जहाजांना सागरावर संचार करू देत नसत. त्यांचा हा दंडक महाराजांनी उधळून लावला. एवढेच नव्हे; तर आपले आरमारी सामर्थ्य महाराजांनी इतके वाढविले की, पोर्तुगीज जहाजांना सागरावर संचार करताना धास्ती निर्माण झाली. आपल्या कारकिर्दीच्या शेवटी महाराजांना इंग्रजांशी संघर्ष करावा लागला; पण त्यात इंग्रजांना अपयशाचे धनी होऊन माघार घ्यावी लागली. सारांश, युरोपियन सत्ता व सिद्दी या शत्रूंच्या हृदयात मराठी राजाने आरमारी धास्ती उत्पन्न केली होती.

शिवछत्रपतींनी बांधलेला जलदुर्ग - विजयदुर्ग

शिवाजी महाराजांची दुसरी आरमारी कामगिरी म्हणजे मोहिमेच्या प्रसंगी मराठा भूदलास आता आरमाराच्या स्थापनेमुळे सागरावरून मदत व सहकार्य मिळू लागले. सुरतेच्या स्वारीत याचा प्रत्यय येतो. सुरतेची प्रचंड लूट महाराजांनी आरमाराच्या साहाय्यानेच स्वराज्यात आणली. आरमाराच्या मदतीने महाराजांनी स्वतंत्र सागरी मोहीम काढल्याचाही उल्लेख मिळतो. कारवार किनाऱ्यावरील बसनूर हे बंदर महाराजांनी आरमारी स्वारीने लुटून घेतले (सन १६६५). त्या वेळी या स्वारीत ८५ जहाजे व चार हजार नौसैनिक होते, अशी नोंद मिळते.

या मराठा आरमाराचे आणखी एक वैशिष्ट्य म्हणजे महाराजांनी लढाऊ आरमाराबरोबर व्यापारी आरमाराचीही निर्मिती केली होती. मराठ्यांची व्यापारी जहाजे इराण, अरबस्तान इत्यादी देशांच्या बंदरात जा-ये करीत होती. त्यामुळे स्वराज्याच्या व्यापारात वृद्धी झाली होती.

हिंदू लोकांच्या अज्ञानमूलक समजुतीपैकी 'समुद्रपर्यटन निषिद्ध' ही एक समजूत होती. शिवाजी महाराजांनी या समजुतीला तिलांजली देऊन स्वतंत्र आरमार दलाची स्थापना केली, सागरावर स्वकीयांचे स्वामित्व निर्माण केले. भूमीप्रमाणे सागरही स्वतंत्र केला. म्हणून सागरावर 'स्वराज्य' निर्माण करणाऱ्या या मराठी राजाचे वर्णन सुप्रसिद्ध शिवचरित्रकार डॉ. बाळकृष्ण यांनी 'The father of the Maratha Navy and the Creator of the Indian Merchantile Marine' असे केले आहे, हे अत्यंत यथार्थच होय.

❖

३

शिवछत्रपतींची प्रधानमंडळनीती

राज्ये केवळ लढायांतील पराक्रमावर चालत नाहीत. पराक्रमाने राज्ये स्थापन करता येतात, ती वाढविताही येतात; पण ती टिकवून ठेवायची असतील तर त्यांच्या प्रशासनास खंबीर तात्त्विक अधिष्ठान लागते. १७व्या शतकात शिवाजी महाराजांनी स्थापन केलेले हिंदवी स्वराज्य केवळ पराक्रमाच्या जोरावर नव्हे तर सुबुद्ध राजनीतीवर व प्रशासननीतीवर चालत होते.

स्वतंत्र प्रधानमंडळनीती

कोणत्याही राज्याचे प्रशासन दोन प्रकारचे असते. पहिले मुलकी व दुसरे लष्करी. ही दोन्ही प्रकारची प्रशासने म्हणजे राज्याच्या गाड्याची दोन चाकेच. गाड्याचे केवळ एकच चाक मजबूत असून चालत नाही. दोन्ही चाके सारख्याच मजबुतीची लागतात. मुळात हिंदवी स्वराज्याचा गाडा तयार करणारा शिल्पज्ञच मोठा कर्तबगार, दूरदृष्टीचा व चतुर पुरुष होता. प्रशासन कशाने कार्यक्षम होते व कशाने कमजोर होते, याची उत्तम जाण त्यास होती. म्हणूनच आपली प्रधान मंडळनीती तो स्वतंत्रपणे तयार करू शकला.

आपल्या देशात प्राचीन काळापासून राज्ये होती, राजे होते, त्यांची प्रधान-मंडळेही होती. प्रत्येकाची स्वरूपे कालपरत्वे व व्यक्तिपरत्वे भिन्नभिन्न राहिली होती. काही राजे प्रधान-मंडळ आपल्या हातात ठेवत तर काही राजांना त्यांची प्रधान-मंडळे त्यांच्या तालावर नाचवीत. शिवछत्रपतींनी त्यांचे निरीक्षण केले होते. प्राचीन काळातील शुक्रनीतीसारखे ग्रंथ त्यांनी अभ्यासले होते. रामायण-महाभारतातील राजनीतीही त्यांनी अभ्यासली होती. या सर्व पार्श्वभूमीवर त्यांनी स्वत:ची स्वतंत्र अशी प्रधान-मंडळनीती निर्माण केली. स्वाभाविकच भारतात त्या काळी कोठेच न दिसणारे एक आगळेवेगळे प्रधान मंडळ त्यांनी स्थापन केले.

प्रधान मंडळाची निर्मिती

शिवछत्रपतींचे प्रधान-मंडळ हे काही एका दिवसात उदयास आलेली घटना नव्हती. ते हळूहळू विकसित होत गेले. तसे पाहिले तर महाराजांच्या प्रधानमंडळाचा पाया त्यांचे पिता शहाजीराजे भोसले यांनीच रचला होता. १६४० साली वयाच्या ११व्या वर्षी बाल शिवाजीराजे यांची जिजाबाई व दादाजी कोंडदेव यांच्याबरोबर बंगळूरहून महाराष्ट्रात पुणे प्रांताकडे पाठवणी केली, त्या वेळी शहाजीराजांनी त्यांच्याबरोबर चार मोठे अधिकारी दिले होते. त्यामध्ये शामराव निळकंठ याची पेशवा म्हणून, बाळकृष्णपंत हणमंते याची मुजुमदार म्हणून, सोनोपंत याची डबीर म्हणून व रघुनाथ बल्लाळ याची सबनीस म्हणून नेमणूक केल्याचे बखरकार कृष्णाजी अनंत सभासद सांगतो.

यातील एक सबनीस सोडल्यास बाकीची नावे प्रधान-मंडळातील प्रधानपदांची आहेत. दादाजी या वेळी पुणे जहागिरीतील शहाजीराजाचा मुतालिक म्हणून काम पाहत होता. या सुमारास तो बंगळुरास जहागिरीसंबंधी 'रिपोर्ट' करावयास गेला असावा. तो शिवाजीराजे व जिजाबाई यांच्यासोबत महाराष्ट्रात परतला असावा. दादाजी हा मोठा हुशार व कर्तबगार होता, असे इतिहासकारांनी नमूद केलेले आहे. ते खरेच असले तरी शहाजीराजांनी त्याची 'पेशवा' म्हणून नेमणूक न करता त्यास पुणे जहागिरीच्या मुतालिक पदावर, म्हणजे आधुनिक भाषेत व्यवस्थापन पदावरच ठेवले होते. ही गोष्ट बारीकशी असली तरी महत्त्वाची व अधिक शोध घ्यायला संशोधकाला

प्रवृत्त करणारी आहे.

पुढे शिवाजी महाराजांनी वयाच्या १५/१६व्या वर्षी महाराष्ट्रात स्वराज्य स्थापनेचे कार्य सुरू केले आणि लवकरच तुकोजी चोर याची 'सेनापती' म्हणून नेमणूक करून प्रधानमंडळाच्या विस्तारास प्रारंभ केला. यथावकाश सचिव, मंत्री, पंडितराव, न्यायाधीश आदी प्रधानांची पदेही निर्माण केली गेली. राज्याभिषेकाच्या पूर्वीच महाराजांच्या प्रधान-मंडळाने 'अष्टप्रधान - मंडळाचे' स्वरूप धारण केले होते.

राज्याभिषेकाच्या प्रसंगी...

राज्याभिषेकाच्या प्रसंगी प्रधानमंडळाच्या निर्मितीवर महाराजांनी शेवटचा हात फिरवून निर्मितिप्रक्रिया पूर्ण केली. या वेळी तयार केलेल्या 'कानुजाबत्या'त

प्रत्येक प्रधानाचे अधिकार, कर्तव्ये व मानपान निश्चित केले गेले. दरबार प्रसंगी कोणत्या प्रधानाने कोणत्या स्थानी उभे राहायचे हेही ठरविले गेले. सरकारी महत्त्वाच्या कागदपत्रांवर कोणी कोठे निशाणी करायच्या हेही नमूद केले गेले.

सर्वांत महत्त्वाचे म्हणजे मुस्लीम राजवटीत रूढ असणारी प्रधानांची फारसी नावे बदलून संस्कृतप्रचुर देशी नावे प्रधानांना दिली गेली. उदाहरणार्थ, पेशव्यास मुख्य प्रधान म्हणून, मुजुमदारास अमात्य म्हणून, सरलष्करास सेनापती म्हणून, सुरनिसास सचिव म्हणून नव्या राजवटीत संबोधले गेले. शिवरायांचे राज्य खऱ्या अर्थाने 'हिंदवी' बनले आहे, याची ती साक्ष होती. सन १९६०मधील महाराष्ट्र राज्याच्या निर्मितीनंतर शासकीय अधिकाऱ्यांची पदे शासनाने मराठीत आणली. हीच गोष्ट शिवछत्रपतींनी तीनशे वर्षांपूर्वी घडवून आणली होती.

सात ब्राह्मण आणि एकच मराठा

महाराजांच्या अष्टप्रधानांत सात ब्राह्मण आणि एकच मराठा सदस्य होता. सेनापती मराठा जातीचा असावा असा संकेत होता; कारण मराठा जातीच्या क्षत्रियत्वाला शोभेल व जमेल असे ते एकच पद होते. तो काळ चातुर्वर्ण्य-चौकटीचा व ब्राह्मणांच्या बौद्धिक व शैक्षणिक वर्चस्वाचा होता. अध्ययन-अध्यापन या गोष्टी ब्राह्मणांच्या, त्या आपल्या नव्हेत, असा गैरसमज ब्रिटिशांचे राज्य भारतात स्थिर झाल्याच्या काळातही मराठे समजत होते. या पार्श्वभूमीवर महाराजांना प्रशासनासाठी लागणारी, शिकलेली माणसे फक्त ब्राह्मणवर्गातून मिळाली, यात नवल नव्हते. महाराजांजवळ ब्राह्मण-मराठा वाद नव्हता. राज्याच्या वृद्धीसाठी त्यांनी प्रत्येक समाजाला सहभागी करून घेतले. त्यात ब्राह्मणांवर विशेष कृपा केली असेही म्हणता येणार नाही. महाराजांना आजच्यासारखे पर्याय मिळाले असते तर त्यांनी जरूर विचार केला असता. महाराजांचे मंत्रिमंडळ निश्चितपणे भिन्नभिन्न जातीचे प्रतिनिधित्व करणारे (Cosmopolitan) झाले असते.

प्रधानांची गुणवत्तेवर निवड

महाराजांच्या प्रधान-मंडळनीतीचे पहिले सूत्र 'गुणवत्तेवर निवड' हे होते. प्रधानपद वंशपरंपरेने कोणास मिळत नव्हते. कर्तबगारी, पराक्रम या गोष्टी मालमत्तेसारख्या वारसाहक्काने प्राप्त होत नसतात. बाप कर्तबगार असेल तर मुलगा कर्तबगार निघेलच असा भोळा आशावाद बाळगणारे महाराज नव्हते. म्हणूनच सेनापती प्रतापराव गुजर धारातीर्थी पडल्यावर, त्याचे पद त्याच्या मुलास मिळाले नाही. महाराजांनी कोकणात परशुराम क्षेत्री लष्कराचा मेळावा भरवून आपल्या सेनेमधील पराक्रमी अधिकाऱ्यांतून 'शहाणा, मर्दाना, सबुरीचा व चौकस, शिपाई मोठा धारकरी' म्हणून हंबीरराव मोहित्यांची निवड केली- (सभासद).

महाराजांचा बोल मनास लावून घेऊन प्रतापरावाने बहलोलखानाशी लढताना वीरमरण पत्करले, याचे महाराजांना मनोमन फार वाईट वाटले. स्वराज्यासाठी आत्मबलिदान करणाऱ्या सेनापतीचे आपण काहीतरी उतराई व्हायला पाहिजे, असे वाटून त्यांनी प्रतापरावाची कन्या जानकीबाईचे लग्न राजारामाशी लावले आणि तिला आपली स्नुषा म्हणून रायगडावर आणले. प्रतापरावाचे ऋण महाराजांनी असे फेडले. राजनीतीची अशी जाण मराठ्यांच्या इतिहासात अन्य कोणा राज्यकर्त्याने दाखविलेली नाही.

कार्यक्षमता आणि शिस्त हे निकष

महाराजांचे प्रधानमंडळ राजनीतीचे दुसरे सूत्र कार्यक्षमता व शिस्त हे होते. या बाबतीत कमी पडणाऱ्या प्रधानांची गय केली जात नव्हती. १६६२ साली महाराजांनी मोरोपंत पिंगळे यास पेशवेपदावर नेमले व तो अखेरपर्यंत त्या पदावर राहिला; पण तत्पूर्वी एका वर्षभरात दोन प्रधानांना या पदावरून पायउतार व्हावे लागले होते.

गैरशिस्तीने वागणारा प्रधान मग तो कितीही कर्तबगार किंवा पराक्रमी असो, महाराज त्यास बाहेरची वाट दाखवीत असत; हे नेताजी पालकराच्या उदाहरणावरून स्पष्ट होते. पन्हाळगडावरील हल्ल्यात वेळेत उपराला (मदत) केला नाही, तेव्हा या 'प्रतिशिवाजी' म्हणून गणल्या गेलेल्या सेनापतीची त्यांनी गय केलेली दिसत नाही. नेताजी, महाराजांवर रुसून शत्रूस जाऊन

मिळाला; पण त्याबरोबर राज्याचे सैन्य गेले नाही, हे लक्षात घेतले पाहिजे. पेशवेकालात काय घडत होते? प्रधान निघाला की त्याच्या मागून त्याचे सैन्यही जात होते.

नख्त पगार, जहागीर नाही!

महाराजांच्या प्रधानमंडळनीतीचे तिसरे सूत्र असे की, त्यांनी कोणाही प्रधानाला त्याच्या कामाचा मोबदला म्हणून एखाद्या महालाची अथवा प्रांताची जहागीर दिली नाही. खुद्द महाराज हे आदिलशहाच्या एका बड्या जहागीरदाराचे पुत्र होते. तेव्हा जहागीर पद्धतीचे केंद्रसत्तेला कोणते धोके उद्‌भवू शकतात, हे त्यांना अन्य कोणी राजनीतिज्ञानी समजावून सांगण्याची गरज नव्हती. अनेकदा हे जहागीरदारच बंडखोर बनून मूळ सत्तेच्या मुळावर उठतात, हे तत्कालीन भारताचे चित्र होते. या पार्श्वभूमीवर महाराजांनी आपल्या राज्याची स्थापना करत असता आपल्या अधिकाऱ्यांना जहागीरच नव्हे तर वतने, इनामेही दिली नाहीत. ज्यांची वतने, इनामे पूर्वापार चालत होती तीही त्यांनी रद्द केली.

राज्याच्या प्रधानांसहित सर्वच अधिकाऱ्यांना, एवढेच नव्हे तर देशमुख-देशपांडे सारख्या वतनदारांनाही, त्यांच्या सेवेचा मोबदला म्हणून महाराजांनी त्यांना नख्त नेमणुका म्हणजे रोखीचे वेतन बांधून दिले. प्रधानांच्या बाबतीत सांगायचे झाल्यास त्यांचे वेतन हे काही थोडेथोडके नव्हते. मुख्य प्रधानास सालिना १५ हजार होन, अमात्यास १२ हजार होन तर इतर प्रधानांना दहा हजार होन मिळत. एका शिवराई होनाचे आजचे वजन तीन ग्रॅम व आजच्या बाजारभावात (सन २०१९ मध्ये) सुमारे १३०००/- रुपये इतकी किंमत होते. म्हणजे मुख्य प्रधानाचे सालिना वेतन १५००० x १३००० = १९,५०,००,००० रुपये एवढे प्रचंड होते.

शिवछत्रपतीनंतरचे प्रधानमंडळ

असे हे शिवछत्रपतींनी निर्माण केलेले त्यांचे अष्टप्रधान मंडळ त्यांच्या हयातीपर्यंत अत्यंत कार्यक्षमतेने कार्य करत होते. त्यांच्या निधनानंतर प्रधानमंडळात फूट पडली आणि बहुतेक प्रधान संभाजीराजांच्या विरोधात

गेले; पण स्वराज्याची सेना सेनापती हंबीररावाच्या हुकमतीत असल्याने आणि तो संभाजीराजांशी एकनिष्ठ राहिल्याने प्रधानांचा मनसुबा तडीस गेला नाही.

महाराजांच्या नंतरच्या कालखंडात प्रधानमंडळाची बरीच पडझड झाली, काहींचे महत्त्व कमी झाले, तर काहींचे प्रमाणाबाहेर वाढले. राजाराम महाराजांच्या काळात 'प्रतिनिधी' या नव्या प्रधानाची भर प्रधानमंडळात पडली. हा राजाचा 'प्रतिनिधी' म्हणून कारभारात वावरू लागला. त्यामुळे मुख्य प्रधानाचे महत्त्व कमी झाले. असे जरी झाले तरी प्रधान-मंडळाच्या राजनीतीची सूत्रे फारशी बदलली नाहीत. अद्यापही गुणवत्तेला व कार्यक्षमतेला महत्त्व दिले जात होते. वंशपरंपरेने पदे दिली जात नव्हती. मराठा सरदारांना त्यांच्या लष्करासाठी सरंजाम दिले गेले ते बहुतेक शत्रूच्या मुलखातील सरंजाम होते.

शिवाजी महाराजांचे नातू, शाहूराजे हे मोगलांच्या कैदेत होते. त्यांची सुटका औरंगजेबाच्या मृत्यूनंतर झाली. ते स्वराज्यात आले आणि मग एक वेगळेच पर्व सुरू झाले. ताराबाईंच्या बाजूवर असलेल्या प्रधानांना आपल्या गोटात ओढण्यासाठी शाहू महाराजांनी अधिकाराची व सरंजामाची मोठमोठी आमिषे दाखविण्यास सुरुवात केली. यथावकाश त्यांनी स्वतःचे अष्टप्रधान मंडळ स्थापन केले; पण त्यात शिवकालीन अष्टप्रधान मंडळाचे तेज व कार्यक्षमता नव्हती. शाहू महाराजांच्या समस्या व प्रधानमंडळाचे नाकर्तेपण यांचा फायदा उठवत नवा पेशवा बाळाजी विश्वनाथ व त्याचा पुत्र पेशवा बाजीराव यांनी अष्टप्रधानांना गुंडाळून ठेवले आणि राज्याची सत्ता हळूहळू आपल्या हाती केंद्रित केली. हा पुढचा इतिहास आहे.

शंकराजी नारायणची कथा

मराठेशाहीची सर्वांत मोठी शोकांतिका म्हणजे पेशवेकाळात खुद्द मराठेच स्वराज्य संस्थापक शिवछत्रपतींना विसरले! याची सुरुवातच मुळी शिवछत्रपतींच्या नातवानेच केली. त्याचे असे झाले की, शाहू महाराज मोगली कैदेतून सुटून स्वराज्यात आल्यावर गडकोटांना वेढे घालून ते ताब्यात आणू लागले. रोहिडा किल्ल्यावर शंकराजी नारायण सचिव असता त्यास शाहू महाराजांनी वेढा दिला. शंकराजी स्वराज्यनिष्ठ प्रधान होता.

ताराबाईंशी एकनिष्ठ राहावे की शाहू महाराजांना मिळावे, असे द्वंद्व त्याच्या मनात निर्माण झाले. त्याचा काही निर्णय होईना. शेवटी त्याने आत्महत्या करून हे प्रकरण संपवले.

शाहू महाराजांना ही वार्ता समजली तेव्हा त्यांना धक्काच बसला. शंकराजीने स्वराज्यासाठी बलिदान केले असे त्यांना वाटले. स्वराज्यावरील हे शंकराजीचे ऋण शाहू महाराजांनी कसे फेडले, तर शंकराजीच्या मुलास आपल्या राज्याचे सचिव पद दिल्याचे घोषित करून! या मुलाचे वय अवघे एक वर्षाचे होते! असा प्रसंग शिवाजी महाराजांवर गुदरला असता तर ते कसे वागले असते, हे त्या लेखात सांगून झालेच आहे. तेव्हा शिवाजी महाराजांनंतर २५ वर्षांनी अष्टप्रधान मंडळ अस्तित्वात राहिले खरे; पण शिवकालीन प्रधानमंडळनीती अस्तित्वात राहिली नाही. याची किंमत पुढे सातारकर छत्रपतींना मोजावी लागली. इतकी की खुद्द पेशव्यांच्या नजरकैदेत दिवस काढण्याचा दुर्दैवी प्रसंग त्यांच्यावर ओढवला. पुढे छत्रपतींना नजरकैदेत ठेवणाऱ्या पेशव्यांचेही राज्य बुडाले. परागंदा होऊन गंगेकाठी जप करीत बसावे लागले. पूर्वजांना विसरणाऱ्यांना इतिहास क्षमा करत नाही, हेच खरे.

❖

४

शिवकालीन मुत्सद्दी व राजनीतिज्ञ : हुकूमतपनाह रामचंद्रपंत अमात्य

शिवकालात अंगच्या हुशारीने व पराक्रमाने जी घराणी पुढे आली आणि नावलौकिकास चढली त्यात पंत अमात्य बावडेकर हे घराणे मुख्य होते. या घराण्यातील रामचंद्रपंत अमात्य यांनी तर आपल्या मुत्सद्देगिरीने हा लौकिक उत्कर्ष बिंदूस पोहोचविला. शिवाजी महाराज, संभाजी महाराज, राजाराम महाराज, ताराबाईपुत्र शिवाजी महाराज व राजसबाईपुत्र संभाजी महाराज (कोल्हापूरकर) अशा पाच छत्रपतींची सेवा करण्याचा असामान्य बहुमान रामचंद्रपंतांना मिळाला होता. सलग पाच राज्यकर्त्यांच्या कारकिर्दीत प्रधानपदावर राहून आपले कर्तव्य निष्ठेने बजावणारे पंत हिंदुस्थानाच्या इतिहासात एकमेव मुत्सद्दी असावेत.

पंत अमात्यांचे घराणे शहाजीराजे भोसले यांच्या कारकिर्दीपासून छत्रपती घराण्यांशी निगडित होते. शहाजीराजांनी जी खास कर्तबगार माणसे जवळ केली होती त्यात रामचंद्रपंतांचे आजोबा सोनोपंत हे मुख्य होते. शिवजन्माच्या वेळी खास विश्वासू म्हणून शहाजीराजांनी त्यांना जिजाबाईजवळ शिवनेरी किल्ल्यावर ठेवले होते. पुढे शिवाजीराजांनी आपल्या प्रधान-मंडळात सोनोपंताचे पुत्र निळोपंत यांना मुजुमदार पदावर (अमात्य) नेमले (सन १६६२).

निळोपंत मृत्यू पावल्यावर महाराजांनी त्यांचे पुत्र रामचंद्रपंत यांची निवड अमात्यपदासाठी केली-(सन १६७२). राज्याभिषेक सोहळ्यात रामचंद्रपंत दधिपूर्ण ताम्रकलश घेऊन सन्मानपूर्वक उभे होते, असा बखरीत उल्लेख आढळतो.

रामचंद्रपंत अमात्य

संभाजी महाराजांनी रामचंद्रपंतांना आपल्या अष्टप्रधान-मंडळात सुरनिसाचा हुद्दा (सचिव) देऊन कुडाळपासून नरगुंद-तुंगभद्रेपर्यंतचा देश त्यांच्या स्वाधीन केला व फौजफाटा देऊन त्यांना या प्रदेशातील किल्ले व ठाणी जिंकण्याच्या मोहिमेवर पाठविले. या स्वारीत पंतांनी मोठे श्रमसाहस करून 'देशदुर्गादी' संपादन केल्याचा उल्लेख समकालीन कागदपत्रांत मिळतो.

सन १६८९ साली हिंदवी स्वराज्यावर भयावह संकट कोसळले. छत्रपती संभाजी महाराज पकडले जाऊन त्यांचा अत्यंत दुर्दैवी अंत झाला. नवे छत्रपती राजाराम महाराजांना महाराष्ट्रातून जिंजीकडे निसटून जावे लागले. औरंगजेबाच्या फौजांनी जवळजवळ सर्व स्वराज्य व्यापले. त्यांनी गडकोट व ठाणी भराभर काबीज केली. राजधानी रायगड राणी येसूबाई व राजपुत्र शाहूराजे यांच्यासह मोगलांच्या स्वाधीन झाली. मराठ्यांचे राज्य बुडाले अशी सर्वत्र भावना होऊन वतनदार औरंगजेबाच्या पायाशी रुजू झाले. अशा बिकट परिस्थितीत मोगली फौजांशी लढून, गेलेले प्रदेश पुन्हा जिंकून घेण्याची कामगिरी राजाराम महाराजांनी रामचंद्रपंत व शंकराजी नारायण या दोघांवर सोपविली. छत्रपती राजाराम महाराज कर्नाटकात गेल्यावर स्वराज्याच्या कारभार पदावर दोन प्रधानांची नियुक्ती झाली असली तरी त्यात रामचंद्रपंत हेच प्रमुख होते. छत्रपतींचे प्रशासकीय अधिकार दर्शविणारे 'हुकूमतपनाह' हे बिरूद महाराजांनी त्यांना बहाल केले होते. याचा अर्थ छत्रपतींच्या अनुपस्थितीत त्यांचा अधिकार पंतांच्या हुकमांना मिळाला होता. अशा प्रकारे छत्रपतींच्या अधिकाराने पंतांनी स्वराज्याचा कारभार सन १६८९ ते १६९७ सलग आठ वर्षे केला. सात लक्ष सेना घेऊन दक्षिणेत उतरलेल्या महाबलाढ्य औरंगजेब बादशहाशी मराठा सैन्याचे

संयोजन करून सामना करणे, ही काही सामान्य गोष्ट नव्हती. संताजी-धनाजीच्या मदतीने पंतांनी शत्रूने जिंकून घेतलेला प्रदेश पुन्हा काबीज केला. एवढेच नव्हे तर २५-२५ हजारांच्या फौजा उभारून या सेनानींना त्यांनी छत्रपतींच्या साहाय्यास जिंजीकडे रवाना केले. समकालीन कवी विठ्ठलदास सांगतो-

'लोकांस सांगे हित ती अमान्य
संपूर्ण देशासि करा निपात
करूनि यैसि उदराशी शांती
ह्या रामफौजा म्हणवा दिगंती॥'

या रामफौजांत सर्व जातिधर्माची मराठी माणसे स्वराज्यप्रेमाने कशी सामील झाली होती, पाहा-

'पाटील सेटे कुणबी जुलाई
चांभार, कुंभार, परीट, न्हावी
सोनार कोलि उदमी फुलारी
या वेगळे लोक किती बिगारी॥'

अशा प्रकारे औरंगजेबाशी लढले जाणारे युद्ध हे लोकयुद्ध बनले होते आणि या लोकयुद्धाचे संयोजन रामचंद्रपंत अमात्यांनी केले होते.

रामचंद्रपंत हे केवळ श्रेष्ठ दर्जाचे प्रशासकच होते असे नाही तर ते शिवाजी महाराजांच्या तालमीत तयार झालेले एक उत्तम लढवय्ये सेनानीही होते. राजाराम महाराज जिंजीला गेल्यावर अल्पावधीत त्यांनी पन्हाळ्यापासून साताऱ्यापर्यंतचा प्रदेश गडकोट ठाण्यांसह शत्रूपासून पुन्हा काबीज केल्याचे वर्णन तत्कालीन कवी केशव पंडित आपल्या 'राजारामचरितम्' या संस्कृत काव्यात करतो. त्यानंतर १६९३मध्ये पन्हाळ्याला वेढा घालून बसलेल्या शहाजादा मुइजुद्दीनवर धनाजी व शंकराजी यांच्यासह पंत चालून गेल्याचे व मोठी लढाई करून त्यांनी किल्ल्यात रसद पोहोचविल्याचे उल्लेख फारसी कागदपत्रात मिळतात. या वेळी पंतांच्या जवळ ८० हजार घोडदळ व अगणित पायदळ होते, अशी शत्रू पक्षाने नोंद केली आहे.

राजाराम महाराजांच्या कारकिर्दीतील कामगिरी ही पंतांच्या आयुष्यातील सर्वश्रेष्ठ कामगिरी होय. महाराणी ताराबाईंनी पंतांच्या कार्याचा गौरव करताना 'मोडिले राज्य सुरक्षित ठेवले' या चारच शब्दांत त्यांच्या कार्याचे यथोचित वर्णन केले आहे. महाराणी ताराबाई आणि त्यांच्यानंतर संभाजी महाराज

(दुसरे) यांच्याही दरबारात ते वडीलधारी मुत्सद्दी व सल्लागार म्हणून वावरले. फेब्रुवारी १७१६च्या सुमारास त्यांचे निधन झाले. निधनापूर्वी त्यांनी 'आज्ञापत्र' नावाचा मराठेशाहीतील राजनीतीवर, विशेषत: शिवछत्रपतींच्या राजनीतीवर, चिकित्सात्मक ग्रंथ रचला.

'आज्ञापत्र' या ग्रंथाच्या निर्मितीचे महत्त्व पंतांच्या स्वराज्यरक्षणाच्या कार्याइतकेच, किंबहुना त्याहून अधिक मोलाचे समजले जाते. मध्ययुगाच्या पाचशे वर्षांच्या प्रदीर्घ कालखंडातील हा राजनीतिशास्त्रावरील मराठीतील एकमेव ग्रंथ आहे. त्यामध्ये मराठ्यांचे स्वराज्य, त्याचे रक्षण, राजधर्म, प्रधानमंडळ, राज्यातील साहुकार, वतनदार, वृत्ती, दुर्ग, आरमार आदी अनेक विषयांवर त्यांनी चर्चा-चिकित्सा केलेली आढळते. विस्तारभयास्तव इथे त्या सर्वांचा परामर्ष घेता येणार नाही. तथापि, दुर्ग या विषयावरील पंतांचे भाष्य पाहण्यासारखे आहे. ते म्हणतात, ''गडकोट हेच राज्य, गडकोट हेच राज्याचे मूळ, गडकोट म्हणजे खजिना, गडकोट म्हणजे सैन्याचे बळ, गडकोट म्हणजे राजलक्ष्मी, गडकोट म्हणजे सुखनिद्रागार, किंबहुना, गडकोट म्हणजे आपले प्राण संरक्षण.' इतक्या मोजक्या आशयघन शब्दांत गडकोटाचे माहात्म्य अद्यापपावेतो कोणीही सांगू शकलेले नाही.

निष्ठावान स्वराज्यप्रेमी, संकटकालातील स्वराज्याचा संरक्षक, प्रामाणिक व कुशल प्रशासक, लष्करी मोहिमांचा यशस्वी संयोजक, एक लढवय्या मुत्सद्दी व मराठ्यांच्या राजनीतीचा समर्थ भाष्यकार अशा विविध नात्यांनी रामचंद्रपंत अमात्यांच्या कामगिरीचा विचार केला तर त्यांच्यासारखा अष्टपैलू मुत्सद्दी संपूर्ण मराठेशाहीत झाला नाही, अशीच इतिहासाची साक्ष आहे.

❖

५

शिवरायांच्या सुरतेच्या स्वाऱ्या आणि भिल्ल नायक दामाराजा

छत्रपती शिवाजी महाराजांनी आपल्या कारकिर्दीत मोगली मुलखातील सुरत बंदरावर दोन वेळा स्वाऱ्या केल्या. पहिली स्वारी सन १६६४ साली, तर दुसरी स्वारी सन १६७० साली झाली. पहिल्या स्वारीत महाराजांनी शत्रूच्या फौजांना बेसावध ठेवून, प्रसंगी गुंगारा देऊन आपल्या स्वारीची लूट सुखरूपपणे स्वराज्यात आणली होती. दुसऱ्या स्वारीच्या वेळी मात्र त्यांना शत्रूसैन्याशी सामना द्यावा लागला; पण सोबतची लूट त्यांनी शत्रूच्या हाती पडू दिली नाही. ती गुप्त मार्गांनी स्वराज्यात आणण्यात ते यशस्वी झाले.

सुरतेवरच्या या दोन्ही स्वाऱ्या म्हणजे शिवाजी महाराजांच्या 'गनिमी कावा' तंत्राची उत्कृष्ट उदाहरणे होती. मोहिमेचे काटेकोर नियोजन, सैन्याच्या मार्गाची आखणी, गुप्त व जलद हालचाली, मार्गातील प्रदेशातील लोकांचे सहकार्य आणि यासाठी उत्कृष्ट व कार्यक्षम अशी हेरयंत्रणा या बाबी गनिमी काव्याच्या मोहिमेच्या यशासाठी आवश्यक असतात. दुर्दैवाने इंग्रज, पोर्तुगीज आदी परकीय लोकांच्या पत्रव्यवहारातील काही त्रोटक संदर्भ सोडल्यास या बाबींवर प्रकाश टाकणारी साधने मराठीत फारशी उपलब्ध नाहीत. महाराजांच्या लष्करी मोहिमांतील देदीप्यमान यशाकडे पाहूनच

त्यांच्या नियोजनाविषयी अथवा हेरयंत्रणेविषयी काही गोष्टी आपण गृहीत धरतो. प्रत्यक्षात आपल्या हाती पुरावा असत नाही.

अशा पार्श्वभूमीवर शिवचरित्रातील एका महत्त्वाच्या पैलूवर प्रकाश टाकणारा पुरावा नव्याने उपलब्ध होत असेल तर त्याच्यासारखी अन्य कोणती गोष्ट इतिहास अभ्यासकास आनंद देणारी असू शकेल? असा एक पुरावा खानदेशातील आमचे मित्र इंजि. आत्माराम भांबरे यांनी काही वर्षांपूर्वी (सन २०११) प्रकाशित केलेल्या ग्रंथात उपलब्ध झालेला आहे. भांबरे यांनी १९व्या शतकात अव्वल इंग्रज काळात खानदेशात होऊन गेलेल्या लोककल्याणी कारभार करणाऱ्या देव मामलेदार या अधिकाऱ्याचे चरित्र लिहिले असून, त्यामध्ये डांग-बागलाण प्रदेशातील भिल्ल नाईक राजा हाफसिंग लालसिंग याची त्या मामलेदारासमोरची जबानी नोंदविली आहे. हाफसिंग हा या प्रदेशातील एक छोटा जहागीरदार असून, त्याच्या जहागिरीचा खटला उपरोक्त मामलेदारासमोर चालला होता. मामलेदारांनी हाफसिंगास त्याच्या पूर्वजांच्या वृत्तान्ताविषयी प्रश्न विचारल्यावर त्याने जे उत्तर दिले आहे, त्यातच शिवचरित्राच्या या नव्या साधनाचे दर्शन घडून जाते. हाफसिंग सांगतो की, आपली ही माहिती आपल्या घराण्याच्या पारंपरिक कथा व चालीरीती, तसेच आपल्या भिल्ल समाजातील लोककथा व लोकगीते यांच्यावर आधारित आहे.

शिवाजी महाराजांच्या सुरतेच्या स्वाऱ्यांच्या दरम्यान डांग-बागलाण प्रदेशात साल्हेर-मुल्हेरच्या पायथ्याशी करोली हे भिल्लांचे एक लहानसे राज्य होते आणि त्या राज्याचा प्रमुख होता दामाराजा. हाफसिंग हा दामाराजापासूनचा आठवा पुरुष होता आणि दामाराजाची कीर्ती पिढी दर पिढी अशी त्याच्यापर्यंत पोहोचली होती. करोली राज्याचा प्रदेश डोंगरदऱ्यांनी अतिशय दुर्गम झालेला होता. त्यावर मोगलांची सत्ता नाममात्र होती. खरे राज्य या भिल्लांचेच होते. सुरतेच्या स्वारीत मार्गातील या भिल्लांचे सहकार्य मिळवणे ही मोठी अत्यावश्यक गोष्ट होती. त्यासाठी महाराजांची हेरयंत्रणा आपल्या परीने कामास लागली होती.

महाराजांच्या हेरयंत्रणेविषयी अनेक परकीय व्यापाऱ्यांनी कौतुकाचे उद्गार काढले आहेत. सुरतेच्या पहिल्या स्वारीत एक वर्षभर अगोदर महाराजांचे २०० हेर वावरत होते, असे इंग्रजांनी आपल्या पत्रांत नमूद करून ठेवले आहे. याच दरम्यान महाराजांनी गुप्तपणे आपले दूत दामाराजांकडे पाठविले

आणि सुरतेच्या स्वारीत जाता-येता आपल्या सैन्यास सहकार्य करण्याची विनंती केली. एव्हाना, शिवरायांची कीर्ती सर्व देशभर दूरदूरपर्यंत गेली होती. पुण्यात ठाण मांडून बसलेल्या शाहिस्तेखानावरचा छापा आणि त्याच्या बेइज्जतीच्या कथा सर्वत्र पसरल्या होत्या. अशा महान पराक्रमी मराठा राजाचे दूत आपल्याकडे येऊन आपले सहकार्य मागतात, हा आपला मोठा सन्मानच आहे, असे त्या भिल्ल राजास वाटले असल्यास नवल नव्हते. शिवरायांच्या स्वराज्य स्थापनेच्या कार्यात आपणही सहभागी व्हावे, असे ठरवून त्याने महाराजांना पूर्ण सहकार्याचे आश्वासन दिले आणि 'आपण महाराजांच्या 'भेटीसाठी खूप आतुर' असल्याचा निरोपही त्याने धाडला.

सुरतेच्या मोहिमेत शिवाजीराजांनी दामाराजाच्या करोलीच्या राजवाड्यात मुक्काम करावा आणि या भिल्ल राजाचा पाहुणचार घ्यावा, असे नियोजनही गुप्त हेरांकडून केले गेले होते. त्याप्रमाणे शिवाजी महाराज व दामाराजा यांची भेट घडून आली. हाफसिंगने या भेटीचा वृत्तान्त आपल्या जबानीत देताना म्हटले आहे -

'सुरतेकडे जाण्यासाठी शिवाजीराजे व त्यांचे निवडक मावळे सैनिक प्रथम करोलीला मुक्काम करतील असे निश्चित झाले. करोलीहून दामाराजाने (मराठा) सैनिकांचे नेतृत्व करावे, असेही ठरले. त्याप्रमाणे शिवाजीराजे करोलीच्या वाड्यात मुक्कामाला आले. करोलीचे भौगोलिक स्थान पाहून राजांनी या ठिकाणाचे व भिल्ल राजाचे तोंडभरून कौतुक केले. त्याच वेळी त्यांनी निर्णय घेऊन टाकला की आपल्या सुरत मोहिमेत करोलीहून प्रयाण करण्यापासून मोहीम फत्ते करून मिळालेली लूट करोलीपर्यंत सुरक्षित आणेपर्यंत दामाराजाच आपल्या सैन्याचे नेतृत्व करतील व वाटाडेही राहतील.'

आपल्या सैन्याचे नेतृत्व, वाटाडेपण भिल्ल राजास देऊन महाराजांनी त्याचा मोठा गौरवच केला होता. यात महाराजांची जशी मुत्सद्देगिरी होती, तशी गुणग्राहकताही होती. मराठी सैन्याच्या सुरतेपर्यंतच्या आणि परतीच्या प्रवासात या दामाराजाने 'मार्ग' दर्शनाची महत्त्वाची भूमिका बजावलेली दिसते. हाफसिंगाच्या जबानीत सुरतेच्या दोन स्वाऱ्यांचा वेगवेगळा निर्देश केलेला आढळत नाही. त्याने यानंतर जो वृत्तान्त दिला आहे, तो दुसऱ्या स्वारीचा आहे; पण त्याने तसे नमूद केलेले नाही. तथापि, वृत्तान्तातील नोंदीवरून तो दुसऱ्या स्वारीसंबंधी आहे, हे स्पष्ट होते.

या वृत्तान्तात दामाराजाच्या नेतृत्वाखाली मराठा सैन्य करोलीहून कोणत्या मार्गाने सुरतेकडे गेले व कोणत्या मार्गाने सुरतेहून करोलीस परतले, याच्या नोंदी दिलेल्या आहेत. त्या सुरतेच्या स्वारीच्या इतिहासात भर टाकणाऱ्या आहेत. सुमारे एक कोटी रुपयांचा 'ऐवज' या स्वारीत महाराजांना मिळाला, असे हाफसिंग सांगतो. दरम्यान, मोगलांना महाराजांच्या या स्वारीची बातमी समजताच त्यांनी दाऊदखान या सरदाराच्या नेतृत्वाखाली डांग-बागलाणच्या प्रदेशात मराठ्यांच्या सैन्याची नाकेबंदी करण्याचा प्रयत्न केला. मोगलांचे सैन्य आपल्यावर चालून येत असल्याचे महाराजांनाही त्यांच्या हेरांकडून कळले होते. अशा परिस्थितीत आपले सैन्य, तसेच लुटीतील ऐवज यांच्या सुरक्षिततेसाठी त्यांनी काही निर्णय घेतले.

दामाराजा

त्यापैकी पहिला निर्णय म्हणजे आपल्या सैन्याच्या अनेक तुकड्या करून त्या विविध मार्गांनी महाराजांनी पुढे पाठविल्या. दुसरा निर्णय म्हणजे सोबत असलेला ऐवज करोलीत दामाराजाजवळ ठेवायचा आणि तो स्वराज्यात पोहोचविण्याची जबाबदारी त्याच्यावरच सोपवायची. त्यानुसार ऐवज करोलीतच ठेवून महाराजांनी आपल्या सैन्याची रवानगी केली. मोगली सैन्याने मराठ्यांच्या एका सैन्यास कांचन-मांचनच्या घाटमाथ्यावर गाठले व तेथे 'घोरांदर' युद्ध घडून आले. मोगलांचा इतिहासकार भीमसेन सक्सेना म्हणतो, की या लढाईत मराठ्यांचा पराभव झाला. मराठी बखरकार सभासदाने मात्र ही

लढाई वणी-दिंडोरीच्या परिसरात होऊन त्यात तीन हजार मोगल सैनिक ठार व चार हजार घोडी पाडाव करून मराठ्यांनी मोठा विजय संपादन केल्याचे म्हटले आहे.

सुरतेच्या दुसऱ्या लुटीतील ऐवज मोगलांना हिसकावून घेण्यात अपयश आले; कारण तो ऐवज दामाराजाच्या करोलीच्या वाड्यात सुरक्षित ठेवला गेला होता. यथावकाश, दामाराजाने शिवाजीराजास दिलेल्या वचनाप्रमाणे 'स्वत:च्या प्राणाच्या आहुतीची जोखीम' स्वीकारून हा ऐवज स्वराज्यात रायगडावर (राजगडावर?) पोहोचता केला. हाफसिंग म्हणतो, 'ही जबाबदारी पार पाडून दामाराजाने शिवाजीराजाचा विश्वास संपादन करून घेतला. त्या प्रसंगापासून शिवाजीराजे व दामाराजे हे एकमेकांचे जिवाभावाचे सोबती झाले.'

पुढे चार वर्षांनी म्हणजे १६७४ साली शिवाजी महाराजांनी विधिवत राज्याभिषेक करून घेऊन स्वत:ला मराठ्यांचा सार्वभौम अधिपती - छत्रपती म्हणून घोषित केले. या वैभवशाली सोहळ्यात बागलाणमधला आपला आदिवासी मित्र - भिल्ल राजा दामाराजा यास पाचारण करण्यास महाराज विसरले नाहीत. एवढेच नव्हे तर त्या भव्य सोहळ्यात दामाराजाच्या अजोड कामगिरीचा गौरव करण्यासाठी महाराजांनी त्यास ताम्रपट देऊन त्याचा खास सन्मान केला. त्या प्रसंगी सिंहासनारूढ झालेल्या महाराजांनी दामाराजाविषयी कृतज्ञताभाव व्यक्त करताना उद्‌गार काढले होते-

'आजचा जो सुदिन उगवला आहे, तो केवळ माझ्या भिल्ल मित्रामुळे. मी ज्या सिंहासनावर विराजमान झालो आहे ते सिंहासनच डांग-बागलाणच्या या भिल्ल राजाने मला भेट दिले आहे, असे मी समजतो!'

सुरतेच्या दोन्ही स्वाऱ्यांतील सोने व हिरे-माणके रायगडावरील शिवछत्रपतींचे सिंहासनासाठी खर्ची पडली होती, ते ऐतिहासिक सत्य विचारात घेतले तर महाराजांच्या कौतुकाच्या उद्‌गारात सत्याचा काहीच अंश नव्हता असे कोण म्हणेल?

दामाराजाची कथा इथं समाप्त होते. आज या कथेस कागदोपत्री आधार नसला तरी दामाराजाचे करोलीतील राजवाड्याचे अवशेष अस्तित्वात आहेत, त्याचे वंशज आज हयात आहेत. या वंशजांकडून सांगितली जाणारी हकिकत, करोली परिसरातील लोककथा, तसेच भिल्लांची लोकगीते या बाबी म्हणजे या कथेचा पाया आहेत. त्याकडे अगदीच दुर्लक्ष करून

चालणार नाही.

शिवकालात डांग-बागलाण प्रदेशात दामाराजा नावाचा एक भिल्ल राजा होऊन गेला. सुरतेच्या स्वाऱ्यांत या राजाचे शिवरायांना मोलाचे साहाय्य झाले. त्याचे उतराई होण्यासाठी शिवरायांनी राज्याभिषेक प्रसंगी त्याचा सन्मान केला. एवढे माफक सत्य जरी आपण स्वीकारले तरी त्यामुळे शिवचरित्रात मोलाची भर पडणार आहे.

या कथेमुळे शिवचरित्रातील आणखी एक दालन अधिक प्रकाशमान होणार आहे. शिवराय हे सर्व जातिधर्माच्या लोकांचे राजे होते, हा त्यांच्या व्यक्तिमत्त्वाचा पैलू आता अधिक तेजस्वी होणार आहे. स्थिर समाजातील अठरापगड जातींनीच नव्हे तर बिकट पर्वतमय प्रदेशातील आदिवासी लोकांनीही शिवरायांचे नेतृत्व आनंदाने स्वीकारले होते, हेच या कथेवरून सिद्ध होते आहे. सुरतेच्या दुसऱ्या स्वारीनंतर लगेचच दुसऱ्या वर्षी महाराजांनी डांग-बागलाणच्या परिसरातील साल्हेर-मुल्हेर आदी अनेक किल्ले जिंकून स्वराज्याची उत्तरेकडील सीमा निश्चित केली होती. या स्वराज्य विस्ताराच्या कार्यात दामाराजाचे सहकार्य त्यांना झाले असावे, असा अंधुकसा तर्कही या कथेच्या आधारे करता येण्यासारखा आहे.

❖

६

वीर बाजी पासलकर आणि स्वराज्याची पहिली लढाई

शिवछत्रपतींनी हिंदवी स्वराज्याचा प्रारंभ पुण्याच्या पश्चिमेस सह्याद्रीच्या डोंगरदऱ्यांतील मावळ प्रांतात केला. मावळतीचा प्रदेश तो मावळ; पण खरे तर स्वराज्याच्या उदयामुळे तो उगवतीचा प्रदेश बनला. बंगळूरहून शिवराय व जिजाऊ पुण्यास परतल्यावर त्यांनी हा मावळ प्रांत व त्या प्रांतातील देशमुख वतनदार आपल्या वर्चस्वाखाली आणले.

१७व्या शतकातील मावळ प्रांतीचा देशमुख म्हणजे एक मोठे प्रकरणच होते. शिवकालीन राजनीतिज्ञ रामचंद्रपंत अमात्य यांनी आपल्या 'आज्ञापत्र' नामक ग्रंथात म्हटले आहे : 'राज्यातील वतनदार देशमुख यांसी वतनदार म्हणेन म्हणावे तरी हे प्राकृत परिभाषा मात्र आहे. ते स्वरूपच पण देशनायकच (राजे) आहेत... त्यास साधारण गणावे यैसे नाही. हे लोक म्हणजे राज्याचे दायादच (वाटेकरी, भाऊबंद) आहेत.'

देशमुख म्हणजे मावळ प्रदेशातील छोटासा राजाच होय, हा रामचंद्रपंतांचा अभिप्राय चुकीचा नव्हता. आपल्या आधिपत्याखाली असणाऱ्या खोऱ्यात वाडाहुडा बांधून देशमुख शे-पाचशे फौज बाळगून असत. बादशहाच्या कमावीसदारांना परगण्यातील खेड्यांचा महसूल देण्यापुरता किंवा त्यांनी

पाठविलेल्या सरदाराला त्याच्या मोहिमेत साहाय्य करण्यापुरता त्यांचा केंद्रसत्तेशी संबंध येई. एरवी ते स्वतंत्रच वावरत. अशा या देशमुखांना शिवरायांनी साम-दाम-दंड-भेद या न्यायाने स्वराज्य कार्यासाठी एकत्र आणले. एखादा कृष्णाजी बादलासारखा देशमुख सोडल्यास इतर देशमुखांनी यथावकाश महाराजांचे स्वामित्व स्वीकारले. याकामी मावळातील कान्होजी नाईक-जेधे व बाजी पासलकर या दोन मातब्बर वतनदार देशमुखांचे त्यांना मोठे साहाय्य झाले. (बादलाची पुंडाई मात्र त्यांना बळाने मोडून काढावी लागली.)

मावळ प्रांतातील मोसे खोऱ्यातील पासलकर-देशमुख मोठे तोलदार घराणे मानले जाई. १७व्या शतकात या घराण्यात बाजीसारखा एक पराक्रमी सेनानी उदयास आला. खुद्द आदिलशहाने त्यास 'यशवंतराव' हा किताब बहाल केला होता. इतर देशमुखांप्रमाणे पासलकर वाडा बांधून व शे-पाचशे बाळगून होते; मात्र या फौजेत सर्व जातीचे लोक होते. यमाजी शाहीर बाजीवरच्या पोवाड्यात येल्या मांग, खंड्या महार, अनंता खुर्चुले (शिंपी) अशी बाजीच्या सहकाऱ्यांची नावे देतो. कावजी मल्हार हा असाच एक शूर मावळा बाजीचा खासनीस म्हणून सोबत असे.

परंपरेने असे सांगण्यात येते की, जेव्हा आदिलशहाने बाजीस दाबण्याचा प्रयत्न केला तेव्हा त्याने त्यास चोख उत्तर दिले : 'आम्ही आमच्या मुलखाचे धनी!' बाजीचे हे उत्तर मावळ प्रांतीच्या देशमुखांच्या वृत्तीस व स्वभावास धरूनच होते.

बाजी व कान्होजी जेधे यांचे फार जवळचे नाते होते. बाजीची मुलगी सावित्रीबाई कान्होजीस दिली होती. तिच्या पोटी जन्मलेला मुलगा हाही बाजीच. बाजी कान्होजी जेधे.

मावळातील देशमुखांना अंकित करण्याचे कार्य हाती घेतल्यावर जिजाऊ व शिवबांनी प्रथम बाजी पासलकर व कान्होजी जेधे यांना बोलावून घेतले व पुढच्या मसलतीची अंमलबजावणी सुरू केली. बाजीचे वय या वेळी साठीकडे झुकले होते. एक शूर, अनुभवी सेनानी म्हणून जिजाऊंनी शिवबाच्या लष्करी प्रशिक्षणाची जबाबदारीही बाजीवर सोपवली असावी, एक तर्क आहे. एवढेच नव्हे; तर स्वराज्याच्या उभारणीच्या प्रारंभीच्या कार्यात म्हणजे तोरणा, रायगड, सिंहगड, पुरंदर घेण्यात बाजीचे मोठे साहाय्य झाले असण्याची शक्यता आहे; पण बाजीचा खरा पराक्रम घडला तो सन १६४८मधील फत्तेखानाच्या शिवरायावरील स्वारीत!

वीर बाजी पासलकर

या वेळी मुस्तफाखान या आदिलशाही सेनापतीच्या नेतृत्वा-खाली कर्नाटकात नायकांची राज्ये जिंकण्याची मोहीम चालू होती. त्यात शहाजीराजेही सामील झाले होते. मुस्तफाखान व त्याचा सहकारी अफझलखान हे राजांचे विरोधक होते. त्यांनी राजांच्या विरोधात खोट्यानाट्या कागाळ्या महंमद आदिलशहाच्या कानावर घालून राजांच्या कैदेचा हुकूम मिळविला. एवढेच नव्हे; तर शहाने राजांच्या बंगळूर व पुणे या दोन्ही ठिकाणच्या जहागिऱ्या जप्त करण्यासाठी विजापूरहून आपल्या सैन्याच्या मोहिमा पाठविल्या. जिंजीच्या पायथ्याशी आदिलशाही सैन्याचा मोठा वेढा चालू असता शहाच्या हुकमानुसार मुस्ताफाखान, अफजलखान, बाजीराजे घोरपडे (मुधोळ) इत्यादी सरदारांनी शहाजीराजांवर भल्या पहाटे छापा टाकून त्यांना ते बेसावध असताना कैद केले आणि त्या अवस्थेतच त्यांची रवानगी विजापूरला केली.

बंगळूरच्या जहागिरीचा कारभार शहाजीराजांचे ज्येष्ठ चिरंजीव संभाजीराजे पाहत होते. त्यांच्यावर शहाने फरहादखान, तानाजी हुरे आदी सेनानींची स्वारी पाठविली आणि पुण्याच्या जहागिरीकडे फत्तेखान, मुसेखान, मताजी घाटगे, बजाजी नाईक, बाळाजी हैबतराव इत्यादी सेनानींना पाठविण्यात आले. फत्तेखानाने आपल्या सैन्यासह कूच करून जेजुरीजवळ कऱ्हेच्या काठी बेलसरे या ठिकाणी छावणी केली आणि शिवाजी महाराजांनी नुकतेच जिंकून घेतलेले शिरवळचे ठाणे काबीज करण्यासाठी बाळाजी हैबतरावास धाडले. हैबतरावाने हल्ला करून ते घेतले.

शिवाजी महाराज या वेळेस पुरंदर किल्ल्यावर होते. त्यांच्याकडे स्वतःचे थोडेबहुत सैन्य व मावळ देशमुखांच्या सैन्यतुकड्या होत्या. त्यांनी आता शिरवळ पुन्हा जिंकून घेण्यासाठी संभाजी कावजी, गोदाजी जगताप, भिमाजी वाघ या बिनीच्या शिलेदारांसोबत सैन्य देऊन त्यांची स्वारी शिरवळवर पाठविली. शिरवळ कोट मावळ्यांनी मोठ्या शर्थीने घेतला. घमासान लढाईत बाळाजी हैबतराव मारला गेला.

बाजी पासलकराच्या नेतृत्वाखालच्या महाराजांच्या आणखी एका तुकडीने फत्तेखानाच्या बेलसरे येथील छावणीवर अकस्मात हल्ला चढविला. जोरदार चकमक उडाली. या चकमकीत कान्होजीपुत्र बाजीने मोठा पराक्रम केला. संकटात सापडलेले मराठ्यांचे निशाण त्याने सुरक्षित परत आणले. महाराजांनी त्याचे कौतुक करून त्यास सर्जेराव हा किताब दिला. हा बाजीच पुढे 'बाजी सर्जेराव जेधे' म्हणून इतिहासात प्रसिद्ध झाला. बाजी कान्होजीने मराठ्यांच्या जिद्दीची व पराक्रमाची चुणूक दाखवून पुरंदराकडे माघार घेतली. (काही इतिहासकारांच्या मते या बेलसरेच्या लढाईतच शत्रूही लढत असत. बाजीस वीरमरण आले.)

असे दोन हल्ले झाल्यावर फत्तेखान स्वस्थ बसणे शक्य नव्हते. त्याने आता शिवरायांचे वास्तव्य असलेल्या पुरंदरावर हल्ला चढविला. आतील मराठे तयारीत होते. त्यांनी गड चढणाऱ्या फत्तेखानाच्या सैन्यावर बाणांचा, बंदुकीचा व तोफांचा मारा सुरू केलाच; पण तटबंदीवरून मोठमोठे दगड लोटून असंख्य आदिलशाही सैनिकांना ठार अथवा जायबंदी केले. फत्तेखानाचे सैन्य भांबावून माघार घेऊ लागताच मराठे किल्ल्याबाहेर येऊन त्यांची लांडगेतोड करू लागले. त्यात गोदाजी जगताप याच्या हातून फत्तेखानाचा सहकारी मुसेखान मारला गेला. तेव्हा धीर सुटून फत्तेखानाने माघार घेतली. तो सासवडच्या दिशेने निघाला. मराठ्यांनी त्याची पाठ न सोडता त्याच्या सैन्याची लांडगेतोड चालूच ठेवली. शेवटी सासवडजवळ मराठ्यांची शेवटची लढाई झाली. या लढाईत बाजी पासलकरांनी मोठा पराक्रम करून शत्रूच्या सैन्याची वाताहत केली व मराठ्यांना मोठा विजय मिळवून दिला; पण बाजी मात्र शत्रूशी लढत असता रणांगणी ठार झाला! मराठे विजयी झाले, शत्रू पळून गेला, स्वराज्याचा अंकुर शाबूत राहिला, हे सर्व खरे; पण बाजी पासलकरासारखा मोहरा गेला! अशा अनेक मोहऱ्यांनी आपल्या जिवाची कुर्बानी करून स्वराज्याचा पाया रचला.

फत्तेखानाची स्वारी ही विजापूरच्या सुलतानाने शिवाजी महाराजांवर पाठविलेली पहिली स्वारी आणि या स्वारीचा धुव्वा उडविलेली लढाई ही मराठ्यांची स्वराज्य रक्षणासाठी केलेली पहिली लढाई. स्वराज्याच्या या पहिल्या लढाईतील पहिला हुतात्मा होता बाजी पासलकर!

(प्रस्तुत लेखकास पुणे येथे दि. १ जून, २००७ रोजी पहिला 'वीर बाजी पासलकर' पुरस्कार प्रदान करण्यात आला. त्या वेळी तयार केलेले हे ऐतिहासिक टिपण)

❖

७

सरनौबत नूरबेग : शिवछत्रपतींच्या प्रभावळीतील एक हिरा

प्रभावळ म्हणजे मूर्तीच्या मागे महिरपेच्या आत असलेले कलाकुसरयुक्त मूर्तीचे टेकण की, ज्यामुळे मूर्ती अधिक उठून दिसते, शोभायमान होते.

महान व्यक्तीच्या भोवती त्याच्या कार्याने आकर्षित होणाऱ्या त्यांच्या अनुयायांना त्याची प्रभावळ समजली जाते. जशी म. गांधींभोवती वावरणारी पं. मोतिलाल नेहरू, पं. जवाहरलाल नेहरू, सरदार पटेल, नेताजी सुभाषचंद्र बोस प्रभृती ही त्यांची प्रभावळ होती.

शिवछत्रपतींची प्रभावळही त्यांच्या कामगिरीला, शौर्यादी गुणांस शोभणारी आहे. सर्वसाधारणपणे या प्रभावळीच्या यादीत बाजी पासलकर, कान्होजी जेधे, तानाजी मालुसरे, नेताजी पालकर, प्रतापराव गुजर, हंबीरराव मोहिते यांसारखे सेनानी व मोरोपंत, अण्णाजी दत्तो, प्रल्हाद निराजी, बाळाजी आवजी यांसारखे सरकारकून (प्रधान) यांची नावे नोंदविली जातात; पण याशिवाय इतर अनेक व्यक्ती, विशेषतः, मुस्लीम व्यक्ती अशा आहेत, की ज्यांची नोंद प्रभावळीत विशेषत्वाने घेतली जात नाही.

शिवाजी महाराजांनी स्थापन केलेल्या राज्यास अनेक नावांनी संबोधिले गेले आहे. 'मऱ्हाटा राज्य', 'महाराष्ट्र राज्य', 'स्वराज्य', 'हिंदवी स्वराज्य'

अशा अनेक नावांनी जरी हे राज्य इतिहासात प्रसिद्ध झाले असले तरी ते केवळ महाराष्ट्रातील मराठा जातीचे राज्य नव्हते; किंवा केवळ हिंदूंचेही राज्य नव्हते. ते या भूमीतील सर्वांचे, सर्व भूमिपुत्रांचे राज्य होते. त्यात जसे हिंदू होते (सर्व जाती-जमाती) तसे मुस्लीमही होते. मुस्लिमांचा धर्म वेगळा असेल; पण जन्मभूमी एकच आहे. मातीशी सर्वांच्या निष्ठा सारख्याच आहेत. नव्हे, असायला हव्यात, असे महाराजांना वाटत होते.

आणि म्हणूनच स्वराज्य स्थापनेच्या शिवाजी महाराजांच्या उद्योगात प्रारंभापासून मुस्लिमांचा सहभाग नोंदवला गेला आहे. महाराजांच्या सैन्यात मुस्लीम सैनिक तर होतेच; पण सैन्यातील अधिकार पदावर, अगदी सर्वोच्च अशा सेनापतीच्या पदावरही, त्यांची नेमणूक केली जायची, असा समकालीन कागदपत्रांचा दाखला आहे. खरे तर अशा प्रकारचा शिवरायांच्या उदार धर्मनिरपेक्ष राजनीतीचा दाखला तत्कालीन अस्सल कागदपत्रांत मिळणे, म्हणजे इतिहास संशोधकांच्या व इतिहासकारांच्या दृष्टीने एक कपिलाषष्ठीचा योग मानला पाहिजे. खंत याची वाटते की, शिवचरित्रातील ही अत्यंत महत्त्वपूर्ण अशी नोंद अधोरेखित करून शिवरायांच्या धर्मनिरपेक्ष धोरणाची ही कथा महाराष्ट्राच्या घराघरात पोहोचायला पाहिजे होती; पण तसे घडलेले नाही.

घटना आहे सन १६५७मधील. गुंजण मावळच्या देशमुखीचा तंटा सिलंबकर भाऊबंदांमध्ये उपस्थित झाला. त्याचा न्यायनिवाडा खुद्द शिवाजीराजांनी क॥ पुणे येथे 'हजिर मजालसी' बोलावून केला (दि. २१ मार्च, १६५७). त्या वेळी झालेल्या महजर (निवाडपत्र) सुदैवाने आज उपलब्ध आहे. त्यावर प्रारंभी शिवाजीराजांचा 'प्रतिपच्चंद्र...' हा सुप्रसिद्ध शिक्का असून, 'राजश्री सिवाजीराजे साहेबु मुकाम कसबे पुणा' अशी ओळ खुद्द राजे त्या वेळी उपस्थित असल्याची ग्वाही देत आहे. विशेष म्हणजे यानंतर कसबे पुण्याच्या काजींची उपस्थिती असून, त्यांचे फारसीतील शिक्के आहेत.

त्यानंतर या महजरावर 'रख्तखाना' (कचेरी) या सदराखाली शिवाजी राजांच्या पदरी असणाऱ्या सरकारकुनांची (प्रधानांची) व अधिकाऱ्यांची नावे आहेत. त्यामध्ये सामराज निळकंठ पेशवे, वासुदेव बाळकृष्ण मुजुमदार, सोनाजी विश्वनाथ डबीर, माहादाजी सामराज सुरनीस, बाबाजी नाईक पुंडे, बालाजी हरि, मानकांजी दाहातोंडे, सरनौबत शा. ई॥, रघुनाथ बल्लाळ,

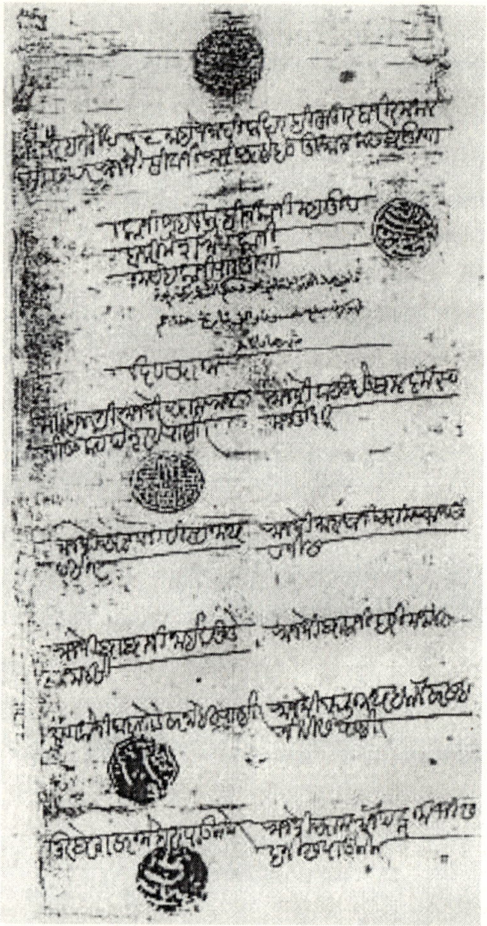

(सिलंबकरांच्या देशमुखीचा महजर. डावीकडे शेवटी नूरबेग सरनौबतचे नाव व त्याचा फारसी शिक्का. डॉ. अनुराधा कुलकर्णी संपादित 'शिवछत्रपतींची पत्रे' या ग्रंथामधून साभार.)

सरसबनिवीस रा ईा, नूरबेग सरनौबत पाऊलोक, सामराज पद्मनाभी सबनीस पाऊलोक इत्यादींची नावे येतात. यापुढे महालनिहाय अधिकाऱ्यांची व वतनदारांची नावे येतात.

प्रस्तुत विषयाच्या दृष्टीने महत्त्वाचे नाव म्हणजे नूरबेग. हा 'पाऊलोकां'चा म्हणजे पायदळाचा सेनापती आहे. त्याच वेळी माणकोजी दहातोंडे हा घोडदळाचा सेनापती आहे. वर्ष आहे १६५७. म्हणजे महाराजांनी जावळी नुकतीच जिंकून स्वराज्याचा पाया रचला आहे. अद्यापि, अफजलखान चालून येणार आहे. खानाची व महाराजांची भेट होऊन खान १० नोव्हेंबर,

१६५९ रोजी मारला जाणार आहे! मधल्या कालखंडातील ही घटना आहे. या कालखंडात महाराजांच्या पदरी असणाऱ्या पायदळाचा सेनापती हा नूरबेग नावाचा एक विश्वासू मुस्लीम सेवक आहे.

नूरबेग कोण? कुठला? स्वराज्याच्या सेवेत केव्हा व कसा आला? सेनापतिपदापर्यंत कसा गेला? शिवरायांनी असे त्याच्यामध्ये काय पाहिले की सेनापती म्हणून त्याला नेमले? पुढे त्याचे काय झाले? या सर्व प्रश्नांची उत्तरे इतिहासाच्या पोटात दडली आहेत. आपणास ज्ञात नाही.

त्या काळात संगतवार इतिहास लिहिले जात नव्हते. मोहिमांच्या व त्यात झालेल्या पराक्रमांच्या नोंदी ठेवल्या जात नव्हत्या. वर्णने टिपून ठेवली जात नव्हती. काही नोंदी शकावलीमध्ये मिळतात; पण त्या अतिशय त्रोटक स्वरूपाच्या आहेत. किती त्रोटक असाव्यात याचे एक उदाहरण पाहण्यासारखे आहे. संभाजी महाराजांच्या हत्येनंतर म्हणजे सन १६८९ साली, औरंगजेब बादशहाने जवळजवळ सर्व स्वराज्य सर्व शेकडो गडकोटांसह काबीज केले; पण मावळ प्रांतातील जेधे घराण्यात सापडलेल्या शकावलीत त्या संदर्भात फक्त एका ओळीची नोंद आहे. ती नोंद सांगते : 'ते वर्षी कुल (सर्व) गड मोगलें घेतले!' लेखणीच्या एका फटकाऱ्यात त्या वर्षाची मराठ्यांच्या जीवन-मरणाची कहाणी शकावलीकाराने संपविली!

शिवचरित्रातील अनेक लढाया आपणास आजही ज्ञात नाहीत. ज्या ज्ञात आहेत त्यांची आपणाकडे अगदी त्रोटक माहिती आहे. तानाजी मालुसरे व त्यांचे मावळे सोबती यांचा सिंहगडावरचा पराक्रम केवढा मोठा! पण, आज आपणाकडे अज्ञानदासाच्या पोवाड्याशिवाय अस्सल कागदोपत्री काय वर्णन सापडते? तीच गोष्ट बाजीप्रभू व शिवा काशिदची! आणि कोंडाजी फर्जंद व मुरारबाजीचीही!

नूरबेग

पण, आपल्याकडे कागदोपत्रीचा इतिहास उपलब्ध नसला तरी 'कुजबुजी इतिहास' तयार केला जातो. जेम्स लेनला अशीच

'कुजबूज' त्याच्या कानात सांगितली गेली. (हे खुद्द जेम्स लेनने कबूल केले आहे.) अशीच नूरबेगच्या संदर्भातील कुजबूज आमच्या कानावर आली आहे. ती म्हणजे या नूरबेगचे नाव पुढे कुठेच येत नाही, म्हणजे तो शत्रूला जाऊन मिळाला असावा! जी गोष्ट आमच्यासारख्या इतिहासाच्या विद्यार्थ्याला स्वप्नातही सुचणार नाही, ती या कुजबुजी इतिहासकारांच्या प्रतिभेला दिसत असते! ते प्रतिभेचे स्वातंत्र्य त्यांना आपल्या राज्यघटनेने दिलेले आहे; तेवढेच स्वातंत्र्य सरळ बुद्धीच्या लोकांनाही मिळालेले आहे. ते असा तर्क करू शकतात की, 'रात्रंदिन आम्हा युद्धाचा प्रसंग' असणाऱ्या त्या काळात स्वराज्य उभारणीच्या प्रसंगी शत्रूच्या झालेल्या एखाद्या लढाईत नूरबेग मारला गेला असावा! म्हणूनच त्याचे नाव पुढे कुठे येत नाही!

असा तर्क का बरे केला जाऊ नये? असा तर्क त्या नूरबेगसारख्या शिवरायांच्या सेवकास न्याय देणारा ठरणार नाही काय? पण, तसा सरळ तर्क न करता नूरबेगला शत्रूच्या छावणीत धाडणे म्हणजे प्रत्यक्ष शिवरायांच्या क्षमतेवरही अन्याय केल्यासारखे होईल. तसे होऊ नये म्हणून या छोट्याशा लेखाचा प्रपंच!

❖

८

कमळोजी साळुंखे : शिवछत्रपतींचा एक विश्वासू सहकारी

शिवाजी महाराजांनी मावळ प्रांतात स्वराज्याची मुहूर्तमेढ रोवली. सन १६५६मध्ये जावळी मोहीम फत्ते होऊन स्वराज्याचा देशावर वाई-महाबळेश्वरपासून सागर किनारी महाड-रायगडपर्यंत विस्तार झाला. या सुमारास देशावरची म्हणजे सह्याद्रीच्या पूर्व भागातील काही मराठा देशमुख घराणी शिवरायांच्या कार्यात सामील झाली, त्यामध्ये पाटणच्या साळुंखे ऊर्फ पाटणकर देशमुखांचा निर्देश करावा लागेल.

स्वराज्याच्या या प्रारंभीच्या कालखंडातील फारच थोडी कागदपत्रे आज उपलब्ध आहेत. याचे कारण जुन्नर-पुणेपासून कोल्हापूर-पन्हाळ्यापर्यंतचा महाराष्ट्राचा भूप्रदेश हा सतराव्या शतकात सतत रणधुमाळीचा मुलूख म्हणून प्रसिद्ध होता. या सततच्या रणधुमाळीमुळे कित्येक गावे अनेकदा जळाली होती. अशा अवस्थेत ऐतिहासिक कागदपत्रेही तग धरून राहणे ही अवघड गोष्ट होती.

पण, त्यातूनही काही कागदपत्रे वाचून आपल्यापर्यंत येऊन पोहोचली आहेत. पाटणच्या साळुंखे ऊर्फ पाटणकर घराण्याची काही कागदपत्रे आज आपणास उपलब्ध होतात. त्यावरून या घराण्याचे मोलाचे ऐतिहासिक

कार्य थोडेबहुत का होईना आपणास समजून येते.

पाटणकर घराण्याच्या कमळोजी, यशवंतराव, नागोजीराव, चांदजीराव अशा काही कर्तबगार व पराक्रमी पुरुषांचे त्रोटक उल्लेख काही शिवकालीन कागदपत्रांत मिळतात. त्यापैकी यशवंतराव, नागोजीराव व चांदजीराव यांच्याविषयी मी श्री. सुनील दापूरकर यांनी संपादित केलेल्या 'श्रीमंत सरदार पाटणकर हुजूर-वाडेकर (चालुक्य ऊर्फ साळुंखे) क्षत्रिय कुळाचा इतिहास व ऐतिहासिक कागदपत्रे' या ग्रंथाच्या प्रस्तावनेत पुरेसा ऊहापोह केला आहे. प्रस्तुत कमळोजी साळुंखे या शिवकालीन शूर सेनानीचा परिचय करून घ्यायचा आहे.

कमळोजीचा पहिला उल्लेख येतो तो कवींद्र परमानंदाने रचलेल्या 'श्रीशिवभारत' या काव्यग्रंथात. शिवाजी महाराज-अफजलखान यांच्या भेटीत जेव्हा महाराजांनी खानास ठार केले, तेव्हा त्यांनी झाडीमध्ये लपवून ठेवलेले चार-पाच हजार पायदळ सैन्य खानाच्या पार मुक्कामाच्या छावणीवर अचानकपणे तुटून पडले व खानाच्या सैन्याची त्याने दाणादाण उडवली. या पायदळ सैन्याचे नेतृत्व जे सेनानी करीत होते, त्यामध्ये प्रथम क्रमाने कमळोजी साळुंखे याचे नाव येते. कमळोजीबरोबर येसाजी कंक, तानाजी मालुसरे, कोंडाजी वरखल (वडखळ) व रामजी पांगारकर अशा अन्य चार सेनानींची नावे येतात.

या संदर्भात कवींद्र परमानंदाने आपल्या काव्याच्या बाविसाव्या अध्यायाच्या सुरुवातीसच म्हटले आहे :

"कवीन्द्र उवाच

तेन दुंदुभिनादेन दूतेनेच प्रसर्पता ।

सैनिकाः शिवराजस्य सपदि प्रतिबोधिताः ॥ १ ॥

कविश्रेष्ठ म्हणाला :

१. दूताप्रमाणे वेगानें जाणाऱ्या त्या दुंदुभिध्वनीनें शिवरायाच्या सैनिकांना लगेच सूचना दिली.

सौलक्षिकः कमलाजिद्यशोजित कंक एवंच ॥

तानाजिन्मल्लसूरश्च कुंडो वरखलस्तथा ॥ २ ॥

रामः पांगारिकश्चमी पंच पंचाग्नितेजसः।

एकैकेन सहस्रेण पत्तीनां परिवारिताः ॥ ३ ॥

सहस्त्रैः पंचभिस्तद्वद्वृतो नारायणो द्विजः ।

क्षात्रेण कर्मणा ख्यातः सर्वेऽप्येते महायुधाः ॥ ४ ॥
वह्यायुधीयगहनां गहनांतरवर्तिनीम् ।
रयादवारयन्नेत्य परितः परवाहिनीम् ॥ ५ ॥

२-५. कमळोजी साळुंखे (सौलक्षिकः), येसाजी कंक, तानाजी मालुसरे, कोंडाजी बरखल आणि रामजी पांगारकर (पांगारिकः) हे अग्नीप्रमाणे पाच तेजस्वी वीर एकेक हजार पायदळासह, तशाच पराक्रमाने प्रख्यात व पाच हजार पायदळासह असलेला नारायण ब्राह्मण अशा या सर्वच महायोद्ध्यांनी वेगाने येऊन अरण्याच्या मध्यभागी असलेल्या, पुष्कळ योद्ध्यांची गर्दी असलेल्या शत्रूसेनेस चोहोकडून घेरले.'

कमळोजी साळुंखे

कवींद्र परमानंद हा शहाजीराजांच्या पदरी असणाऱ्या ७० पंडितांपैकी एक असून, त्याने महाराष्ट्रात आल्यावर खुद्द शिवाजी महाराजांच्या आज्ञेने हे शिवचरित्र संस्कृतमध्ये रचलेले आहे. शिवचरित्राचे ते एक अस्सल प्रथम दर्जाचे साधनसाहित्य मानले जाते. कवींद्र परमानंदाने आपल्या काव्यात येसाजी कंक, तानाजी मालुसरे यांच्या बरोबरीने कमळोजीचे नाव निर्देशित केले आहे. यावरून कमळोजी काय तोडीचा सेनानी होता, याची कल्पना करता येते. (१) श्रीशिवभारत, अध्याय २२वा, श्लोक १ ते ५.

कमळोजीचा दुसरा उल्लेख येतो तो शिवाजी महाराजांच्या दि. ३ एप्रिल, १६६३ रोजी लिहिलेल्या पत्रात. हे पत्र महाराजांनी मोरो त्रिमल पेशवे व निळो सोनदेव मजमुदार यांना लिहिले असून, त्यात सिंहगडावर झालेल्या फितुरीची तातडीने चौकशी करून फितुरीतील लोकांचा निवाडा करण्यासाठी त्यांना इतरांपासून अलग असे बंदीत ठेवावे, असे महाराजांनी सांगितले आहे. सिंहगडावर जाताना जे विश्वासू लोक घेऊन जावयास महाराजांनी सांगितले आहे, त्यात कमळोजीचा उल्लेख आहे. विशेष म्हणजे याही ठिकाणी तानाजी मालुसरे यांच्या बरोबरीने कमळोजीचा निर्देश केलेला आहे. मूळ पत्र असे आहे :

"मसुरुल हजरती राजमान्य राजश्री मोरो त्रिमल पेशवे व राजश्री निळो सोनदेऊ मजमुदार प्रति राजश्री सिवाजीराजे दंडवत उपरी साहेबी कोकणात नामदार खानावरी जाण्याचा तह केला होता यैसि यासी हाली किले सिंहगडीहून समाचार आला आहे की गडावरी काही फितवा जाला आहे याबदल तूर्त कोकणात जाण्याचा तह राहिला तरी तुम्ही लस्करी लोकानसी व खासखेली हशमानसी कागद देखताच स्वार होउनु किले सिंहगडास जाणे आणि किल्यावरच हुशार खबरदार असणे फितवा कोण कोण लोकी केला होता हे खबर घेउनु हुजूर लेहोन पाठवणे माा तान्हाजी नाईक व कोंडाजी नाईक व xxxxxx व कमलोजी नाईक व दरेकर व रुमाजी अहिरा व गोंदजी पांढरा (बरा) बरी घेउनु सिंहगडास जाउनु सिंहगडी अलगोअलगानी बहुत खबरदार असणे. जे लोक किलियावरी भेदात असतील तेथे आले पल्याबराबरील लोक अलगेस ठेवणे छ ४ माहे रमजान सन रालास सितैन अलफ पाा हुजूर

मर्या

देयं विरा,

जंते

(२) शिवछत्रपतींची पत्रे, खं. २, संपा. डॉ. अनुराधा कुलकर्णी, पृ. ३०८. मूळ पत्रात 'ल' ऐवजी 'ळ' घातला आहे. उदा. मसरुळ, किळे इत्यादी.

कमळोजी साळुंखेविषयी शिवकालीन साधनांत हे दोनच उल्लेख सापडतात; पण हे दोन्ही उल्लेख ज्या साधनांत आहेत ती साधने प्रथम अव्वल दर्जाची आहेत. या दोन उल्लेखांवरूनही कमळोजी हा एक तानाजी मालुसरे, येसाजी कंक, कोंडाजी फर्जंद यांच्या तोडीचा शूर सेनानी होता, असा निष्कर्ष काढला तर चुकीचे ठरणार नाही. कोणी सांगावे, उद्या कमळोजीची कर्तबगारी सांगणारी आणखी काही कागदपत्रे उजेडात येतील व कमळोजीवर अधिक प्रकाश टाकला जाईल. तोपर्यंतही इतिहासकारांनी कमळोजीस तानाजी-कोंडाजीच्या बरोबरीचे स्थान द्यावयास काय हरकत आहे?

❖

९

औरंगजेब बादशहा : संगती की विसंगती?

१४ सप्टेंबर, २०१५च्या 'टाइम्स ऑफ इंडिया' या वृत्तपत्रात अलाहाबादेचे एक इतिहास-संशोधक प्राचार्य प्रदीप केशरवानी यांचा औरंगजेब बादशहाविषयीचा एक शोध प्रसिद्ध झाला आहे. त्यात म्हटले आहे की गंगा-यमुनेच्या संगमावर असणाऱ्या सोमेश्वर महादेवाच्या मंदिरास औरंगजेबाने भेट देऊन त्यास मुक्तहस्ते देणगी आणि जमिनीचे इनाम दिले होते. यास पुरावा म्हणून प्राचार्य केशरवानींनी सोमेश्वर मंदिराच्या परिसरातील हनुमान मूर्तीशेजारील एका धर्मदंडाचा (शिलालेख) आधार दिला आहे. संस्कृतमधील हा शिलालेख १५ ओळींचा असून, हनुमानाबरोबर त्यासही तेल, शेंदूर आदींचा अभिषेक झाल्याने स्पष्टपणे वाचता येत नाही. शिलालेखात म्हटले आहे की, 'या देशाच्या राज्यकर्त्याने (ruler) या मंदिरास (सन १६७४ साली) भेट दिली आणि उदार हस्ते द्रव्य व जमिनीची (generous grants) देणगी दिली.'

प्राचार्य केशरवानींनी आपल्या निवेदनात देशातील काही प्रसिद्ध मंदिरांना औरंगजेबाने दिलेल्या देणग्यांचे संदर्भ दिले आहेत. त्यासाठी त्यांनी न्या. सप्रू समितीसमोर आलेल्या अशा देणग्यांच्या कागदपत्रांची साक्ष

औरंगजेब

काढली आहे. अलाहाबाद विद्यापीठातील इतिहासकार प्रो. योगेश्वर तिवारी यांनीही 'आपण सर्व प्रकारच्या प्रजाजनांचे शासक आहोत हे दाखवण्यासाठी अकबर बादशहा जसा मंदिरांना देणग्या देत असे त्याप्रमाणे औरंगजेबानेही अशा प्रकारची देणगी सोमेश्वर मंदिराला दिली असण्याची शक्यता आहे,' असे म्हणून प्राचार्यांच्या प्रतिपादनास दुजोरा दिला आहे. इतिहासात व जनमानसात औरंगजेबाची धर्मवेडा व हिंदुद्वेष्टा म्हणून जी प्रतिमा आहे, त्याला प्राचार्य केशरवानींचे संशोधन छेद देणारे ठरते. तसेच, एका हिंदू मंदिरास भेट देऊन त्यास मुक्तहस्ते देणगी देण्याचे औरंगजेबाचे हे कृत्य त्याच्या एकूण कारकिर्दीशी व व्यक्तिमत्त्वाशी विसंगत आहे.

आणि म्हणूनच इतिहासाचे एक अभ्यासक श्री. अब्दुल कादर मुकादम यांनी टाइम्स ऑफ इंडियाचेच भावंड असलेल्या 'महाराष्ट्र टाइम्स'मध्ये 'मुस्लीम शासकांचा इतिहास : गती, संगती व विसंगती' या शीर्षकाचा लेख लिहून औरंगजेबाच्या 'व्यक्तिमत्त्वातील ही विसंगती' दाखविण्याचा प्रयत्न केला आहे. गमतीची गोष्ट अशी की या लेखाच्या 'लीड'मध्ये अलाहाबादेचे अहमदाबाद व अलाहाबादेच्या संगमावरचे सोमेश्वराचे मंदिर गुजरातमधील सोमेश्वराचे (सोमनाथाचे) मंदिर असे झाले आहे! पण, यामुळे एक बरे झाले की गुजरातमधील सोमनाथाच्या मंदिराविषयी औरंगजेबाचे वर्तन कसे होते, याचा शोध या निमित्ताने मला घेता आला.

इनायतुल्लाखान नावाचा औरंगजेबाचा विश्वासू चिटणीस होता. त्याने बादशहाने वेळोवेळी दिलेल्या आदेशांचे संकलन 'अहकामे आलमगिरी' या नावाने केले असून, त्याचा मराठी अनुवाद पं. सेतुमाधवराव पगडी यांनी केला आहे. त्याने संग्रहित केलेला गुजरातमधील सोरटी सोमनाथाच्या मंदिराबद्दलचा बादशहाचा सन १७०५च्या सुमाराचा आपल्या अधिकाऱ्यांस दिलेला आदेश असा आहे :

'सोमनाथाचे मंदिर सोरठ सरकारात (जिल्हा) समुद्रात किंवा समुद्राच्या काठावर आहे. आमच्या राज्यकारभाराच्या सुरुवातीस ते उद्‌ध्वस्त होऊन तेथील मूर्तिपूजा बंद झाली होती. सध्या काय परिस्थिती आहे माहीत नाही. जर मूर्तिपूजक तेथे पुन्हा पूजा करण्यात मग्न असले तर त्या मंदिराचा हर प्रकारे विध्वंस करावा. त्या इमारतीची (मंदिराची) नावनिशाणीही राहू नये. त्यांना (मूर्तिपूजकांना) तेथून हाकलून लावावे'- (अहकाम-ए-आलमगिरी, पृ. ८). अशाच प्रकारे सौराष्ट्रातील आणखी एक मोठे मंदिर (बहुदा द्वारका) उद्‌ध्वस्त करण्याचा दुसरा एक आदेश त्याच पानावर नमूद केला आहे.

अलाहाबादेतील संगमावरील सोमेश्वर वेगळा व सौराष्ट्रातील समुद्र किनाऱ्यावरील सोमनाथ वेगळा असे काही नव्हते. दोन्हीही महादेवच होते आणि हिंदूंचे देव म्हणून औरंगजेब त्यांचा तिरस्कार करत होता. अलाहाबादेतील सोमेश्वराविषयी त्याला भक्ती वाटण्याची किंचितही शक्यता नव्हती. मुळात प्राचार्य केशरवानींनी उद्‌धृत केलेल्या शिलालेखात बादशहा औरंगजेबाचा स्पष्ट उल्लेख दिसत नाही. 'या देशाचा राज्यकर्ता' असा मोघम उल्लेख आहे. तो स्थानिक राज्यकर्ताही असू शकतो. शिलालेख स्पष्टपणे वाचता येत नाही, असे खुद्द प्राचार्य केशरवानींनीच नमूद केले आहे. खरे तर औरंगजेबाने ज्या काही मंदिरांना तथाकथित देणग्या दिल्याची जी काही फर्माने उपलब्ध होतील, त्यांचा संशोधकांनी अथक परिश्रमाने शोध घेऊन त्यांचा खरे-खोटेपणा इतिहासशास्त्रीय निकषांवर तपासून पाहिला पाहिजे. हे काम एखाद्या तरुण संशोधकाने जरूर हाती घ्यावे.

महाराष्ट्रात अशा प्रकारे शिवकालीन कागदपत्रांची चिकित्सा करून त्यातील बनावट सनदापत्रांचा पर्दाफाश इतिहास संशोधक श्री. गजानन मेहेंदळे यांनी आपल्या शिवचरित्रात केलेला आहे. तशा प्रकारे औरंगजेबाच्या या तथाकथित फर्मानांवर संशोधन व्हायला हवे. त्यातून ऐतिहासिक सत्य काय होते, ते जरूर बाहेर येईल. आणि मग शास्त्रीय निकषांच्या द्वारे पुढे येणारे सत्य आवडो वा न आवडो, आपणास स्वीकारावेच लागेल.

धर्मांधता अथवा धर्मवेडेपणा हा औरंगजेबाचा सर्वांत मोठा दुर्गुण होता. त्याच्या व्यक्तिमत्त्वातील या दोषामुळे मोगलांचे वैभवशाली साम्राज्य उद्‌ध्वस्त झाले, असे श्री. अब्दुल कादर मुकादम यांनी म्हटले आहे, ते खरेच आहे; पण हा दुर्गुण सतत जवळ बाळगणाऱ्या औरंगजेबाच्या वर्तनात ते म्हणतात तशी 'विसंगती' नव्हती. औरंगजेबाचा एक विश्वासू

अधिकारी व मोगलांच्या दक्षिणेच्या २७ वर्षांच्या युद्धात सतत त्याच्या सहवासात असणारा त्याचा चरित्रकार साकी मुस्तैदखान बादशहाच्या इस्लामच्या बळकटीसाठी केलेल्या कार्याबद्दल लिहितो-

'बादशहाच्या निष्ठापूर्ण प्रयत्नाने इस्लामला या देशात विलक्षण बळ प्राप्त झाले. असे यापूर्वीच्या कोणत्याही बादशहाच्या कारकिर्दीत झाले नव्हते. बादशहाने आपल्या लेखणीच्या एका फटकाऱ्याने हिंदू कारकुनांना व कारभाऱ्यांना बडतर्फ केले. काफरांची सर्व प्रचंड देवळे आणि मंदिरे पाडून टाकण्यात आली अगर निकामी करण्यात आली. अदूरदृष्टीच्या लोकांना हे अवघड काम कसे पार पडेल असे वाटत होते; पण बादशहाने ते करून दाखवल्याने लोक आश्यर्चचकित झाले. देवळाच्या जागी भव्य मशिदी बांधण्यात आल्या....बादशहाच्या काळात हिंदूंची जितकी विटंबना झाली तितकी यापूर्वी कधीच झाली नाही.' (मराठे व औरंगजेब, पृ. १५०)

'काफरांचा द्वेष, त्यांच्या मंदिरांचा विध्वंस, त्यांची विटंबना इत्यादी बाबतीत औरंगजेबाच्या ठिकाणी कुठेच विसंगती नाही. कारकिर्दीच्या प्रारंभापासून अगदी शेवटपर्यंत त्याने आपले हे 'मिशन' चालविले. श्री. मुकादम यांनी संभाजीराजास हालहाल करून ठार मारणाऱ्या औरंगजेबाने त्यांच्या राणीस व पुत्रास आपल्या नजरकैदेत सुखरूप ठेवले होते, ही त्याच्या व्यक्तिमत्त्वातील विसंगती होती असे मानले आहे; पण शाहूराजास सुखरूपपणे जिवंत ठेवण्यात त्याचे राजकारण होते. शाहूराजांचा मराठ्यांशी सुरू असलेल्या युद्धात बुद्धिबळातील प्याद्यासारखा तो वापर करू इच्छित होता. प्रसंग पडला तर शाहूराजांची मुक्तता करून मराठ्यांत यादवी उत्पन्न करायची, असा त्याच्या मनीचा डाव होता; पण मराठ्यांत अशी यादवी उत्पन्न होईलच, अशी त्याला खात्री नव्हती. म्हणून त्याने आपल्या हयातीत शाहूराजास मुक्त केले नाही आणि मारलेही नाही. इथं स्वतःला अत्यंत धोरणी समजणारा औरंगजेब चकला. मराठ्यांची स्वभावप्रकृती शेवटपर्यंत त्याला समजली नाही हेच खरे. मुद्दा हा की शाहूराजास जिवंत ठेवले गेले ही औरंगजेबाच्या स्वभावातील विसंगती नव्हती. ती त्याच्या राजकारणातील 'संगती' होती.

एक धर्मवेडेपणा सोडल्यास औरंगजेब बादशहाकडे कितीतरी असामान्य गुण होते. नैष्टिक आचरण, कमालीचा साधेपणा, प्रचंड जिद्द, चिकाटी, कष्टाळू वृत्ती, संयम, अद्‌भुत स्मरणशक्ती, आत्यंतिक संकट प्रसंगी अविचल राहण्याची वृत्ती, शौर्य, साहसी वृत्ती अशा अनेक गुणांनी तो

मंडित होता; पण धर्मवेडेपणाच्या एका दुर्गुणाने या सर्व गुणांवर पाणी फेरले गेले. इतके की मोगल साम्राज्याच्या अपकर्षास तो कारणीभूत झाला. महान बादशहा अकबराने स्थिर व समृद्ध केलेले साम्राज्य त्याच्या अदूरदृष्टीच्या व धर्मांध पणतूने खिळखिळे करून टाकले. धर्मवेडाने राज्ये मोठी होत नाहीत, नव्हे अनेकदा धर्मवेडानेच राज्ये नष्ट होतात, हा औरंगजेबाच्या चरित्राने सर्व मानवजातीला दिलेला इशारा आहे.

❖

१०

एक मुलखावेगळा 'शिवाजी'

पोर्तुगीज इतिहासकार कास्मो-द-ग्वार्द हा शिवाजी महाराजांचा पहिला चरित्रकार. त्याने सन १६९५मध्ये महाराजांचे पोर्तुगीजमध्ये चरित्र लिहिले. त्याच सुमारास राजाराम महाराजांच्या जिंजीच्या वास्तव्यात त्यांचा सेवक कृष्णाजी अनंत सभासद याने मराठीत चरित्र रचले. ते मराठीतील पहिले शिवचरित्र. तिथपासून ते आजच्या काळातील पंडित सेतुमाधवराव पगडी-श्री. गजानन भास्कर मेहेंदळेंपर्यंत अनेकांनी शिवचरित्रे लिहिली. त्यांची संख्या आजमितीस शंभरच्या आसपास निश्चित भरेल.

या सर्व शिवचरित्र वाङ्मयात कॉ. गोविंद पानसरे यांनी लिहिलेला चरित्रग्रंथ (खरे तर ती चरित्रपुस्तिका आहे.) सर्वांहून वेगळ्या स्वरूपाचा बनला आहे. मूर्ती लहान पण कीर्ती महान अशी या चरित्राची महती आहे. आतापर्यंत ५०हून अधिक आवृत्त्या निघून लाखोंच्या संख्येत त्याच्या प्रती महाराष्ट्रात घरोघरी पोहोचल्या आहेत. शिवरायांचे हे मराठीतील चरित्र कन्नड, बंगाली, मल्याळम्, हिंदी, उर्दू, इंग्रजी, गुजराती, तेलगु इत्यादी अनेक भाषांत भाषांतरित झाले आहे. इतर अनेक भाषांत भाषांतरित होत आहे. इतिहास-ग्रंथ क्षेत्रातील ही अपूर्व घटना आहे. एवढी लोकप्रियता

आतापर्यंत कोणत्याच शिवचरित्रास लाभलेली नाही, याचे कारण कॉ. पानसरे यांचा 'शिवाजी' हा परंपरेने चालत आलेला शिवाजी नाही. हा एक 'मुलखावेगळा शिवाजी' आहे.

आतापर्यंतच्या शिवचरित्रकारांचा प्रधान हेतू महाराजांचे जास्तीत जास्त सत्याधिष्ठित चरित्र पुराव्यानिशी सादर करणे हा होता व असतो. त्यांच्या लेखनातून शिवाजी महाराज एक जागतिक कीर्तीचे सेनानी म्हणून, एक असामान्य, सहिष्णू राज्यकर्ता म्हणून त्यांची प्रतिमा स्थिरावली आहे. कॉ. पानसरे यांचा हेतू वाचकांस अधिकृत शिवचरित्र सादर करणे, त्यासाठी पुरावे देणे असा नाही. ते इतिहास संशोधक नाहीत, इतिहासकारही नाहीत; मात्र ते इतिहासाचे अभ्यासक जरूर आहेत. आजच्या लोकशाहीच्या युगात शिवचरित्रापासून काय शिकता येईल, हे वाचकांसमोर मांडणे हाच त्यांच्या सर्व विवेचनाचा प्रधान हेतू आहे.

कॉ. पानसरे कम्युनिस्ट होते. कम्युनिस्ट नेते व विचारवंत होते; पण त्यांचे शिवचरित्र वाचत असताना असे कुठेही वाटत नाही की एक कम्युनिस्ट माणूस आपणास शिवचरित्र विशद करून सांगतो आहे. यापूर्वी कॉ. डांगे, कॉ. पेंडसे, कॉ. सरदेसाई इत्यादी अनेकांनी शिवचरित्राचे परिशीलन केले आहे; पण त्यांची चरित्रे सैद्धांतिक चर्चेतच घुटमळत राहिली. कॉ. पानसरे अशा चर्चेत ना स्वत: गुंततात ना वाचकांस गुंतवितात.

'खरं म्हणजे या आधुनिक लोकशाहीत एका राजाचा उदोउदो का व्हावा? त्या 'राजाच्या' विचारात, व्यवहारात आणि चरित्रात असे काय आहे की, त्यामुळे लोकशाहीतसुद्धा त्याचे स्मरण स्फूर्तिदायक ठरावे?' असा सरळ सोपा प्रश्न उपस्थित करून ते शिवचरित्रात प्रवेश करतात. आणि मग त्याचे उत्तर देताना ते म्हणतात की, 'शिवाजीराजाचे राज्य सामान्य माणसांना-रयतेला आपलेच राज्य वाटत होते. त्यांचे कार्यही आपलेच कार्य वाटत होते. मग याला जोडूनच ते 'आदर्श राज्याची' सोपी व्याख्या सांगतात, 'ज्या राज्यातील प्रजेला - सामान्य प्रजेला- बहुसंख्य प्रजेला, बहुजनांना हे राज्य आपले आहे असे वाटते, ते उत्तम राज्य समजावे!'

कॉ. पानसरे यांच्या इतिहास-विवेचनात वर्तमानातील प्रस्तुततेवर अधिक जोर असे आणि म्हणूनच ते पुढचा सवाल असा टाकतात, की आज आपण लोकशाही राज्यात राहतो; पण सामान्य माणसास असे वाटते का,

की हे राज्य आपले आहे? या राज्यात जे काही चालले आहे ते आपल्यासाठी आहे? या प्रश्नाचे प्रामाणिक उत्तर 'नाही' असे आहे. आणि मग शिवाजीराजाचे कार्य हे आपले कार्य आहे, असे रयतेला वाटत होते, याची अनेक उदाहरणे ते वाचकांसमोर सादर करतात. त्यात शिवा काशीद येतो, बाजीप्रभू येतो, मदारी मेहतर येतो, हिरोजी फर्जंद हा येतो. या सर्वांनी 'आपण मेलो तरी चालेल; पण शिवाजीराजा जगला पाहिजे' या भूमिकेतून कार्य केले. प्रसंगी ते मरणास सामोरे गेले. त्यासाठी त्यांना जहागिरी अथवा वतनदारी मिळणार नव्हती.

शिवाजीराजा

शिवाजीराजाचे राज्य हे आपले राज्य असे रयतेस का वाटू लागले, याचा रहस्यभेद करताना कॉ. पानसरे लिहितात, 'शिवाजीचे कार्य सुरू झाले. शिवाजीचे राज्य आले आणि एकदम बदल झाला. राजा आणि रयत यांचा संबंध आला. राजा रयतेला दिसू लागला. भेटू लागला. त्यांची विचारपूस करू लागला. त्यांचा छळ होऊ नये म्हणून दक्ष राहू लागला. त्यांना मदत व्हावी म्हणून राज्य चालवू लागला. जहागीरदार- वतनदारांच्या बेलगाम व्यवहाराला लगाम घालू लागला. वतनदार हे रयतेचे मालक नाहीत तर राज्याचे नोकर आहेत, असे तो सांगू लागला व त्याप्रमाणे रयतेला अनुभव येऊ लागला.'

अशा प्रकारे रयतेसाठी राज्य निर्माण करत असता, राज्य चालवत असता, तिच्यावर अत्याचार करणाऱ्या वतनदारांना हा राजा कठोर शासन करीत होता, याचे कारण त्याची न्यायावर जबर निष्ठा होती. कल्याणच्या सुभेदाराचे उदाहरण सांगून कॉ. पानसरे म्हणतात,'मुसलमान शत्रूची तरणीताठी अन् देखणी सून पाहून आईची आठवण व्हावी...' यासाठी चारित्र्यसंपन्नता व सौंदर्यासंबंधीचा निरोगी दृष्टिकोन लागतो. आजच्या तथाकथित शिवभक्त 'वतनदारा'समोर अन् 'राजा'समोर अशी कुणी सुंदर स्त्री आली असती तर त्याने काय उद्‌गार काढले असते, अन् काय केले असते, याची कल्पना

करून पाहा, म्हणजे खरा शिवाजी अन् खोटे शिवभक्त यांच्यातला फरक उमगेल!'

'शिवाजी व रयत' या विषयाची चर्चा करताना कॉ. पानसरे यांनी शिवाजीराजास 'सत्पुरुष' असे संबोधले आहे. त्या काळी सैन्य चालले की रयतेच्या उभ्या पिकांची नासाडी ठरलेली असे. काही वेळा लूटही होई. अशा परिस्थितीत जीव वाचला हेच विशेष, असे रयतेला वाटे. या पार्श्वभूमीवर शिवाजीराजा सैन्याला सक्त आदेश देत होता की, रयतेस काडीइतकाही त्रास होता कामा नये. कॉम्रेड म्हणतात, 'कल्पना करून पाहा! उभ्या पिकातून बेदरकारपणे दौडत जाणारे व उभे पीक मातिमोल करणारे सैन्य वर्षानुवर्षे पाहण्याचा प्रसंग ज्यांच्यावर येत असेल, त्यांना जर पिकातून न घुसता रस्त्याने जाणारे आणि पिकाची जराही नुकसानी होऊ नये, अशी दक्षता घेणारे शिवाजीचे सैन्य पाहावयास मिळाले तर त्यांना काय वाटेल? रयतेच्या पिकाची काळजी करणारा राजा, त्याच्या आज्ञेप्रमाणे वागणारे सैन्य आणि हे सर्व जण करीत असलेले कार्य यासंबंधी रयतेला काय वाटले असेल? हा राजा, हे सैन्य आणि हे कार्य आपले आहे, असे रयतेला का नाही वाटणार?'

स्वराज्यातील वतनदारांनी, कारकुनांनी, सुभेदारांनी रयतेशी व्यवहार करताना 'त्यांच्या भाजीच्या देठासही हात लावता कामा नये, जे काही लागेल ते रोख पैसे मोजून बाजारातून घ्यावे, रयतेपासून अधिकाराच्या जोरावर काही मिळवू नये,' अशी सक्त ताकीद शिवाजीराजाची होती. या संदर्भात चिपळूणच्या लष्करी छावणीस पाठविलेले शिवाजीराजाचे आज्ञापत्र इतिहासात प्रसिद्धच आहे.

लोकशाही राज्यात आता नवे 'सरदार', 'वतनदार' निर्माण झालेत. नवे सुभेदारही उदयास आलेत. कॉ. पानसरे म्हणतात, 'या सर्वांच्या घरांत आणि ऑफिसांत शिवाजी महाराजांचा फोटो लावलेला असतो, अन् हे शिवाजी महाराजांचा जयजयकार करीत असतात. शिवाजीपासून हे काय शिकले? यांचा शिवाजी कोणता? खरा शिवाजी कोणता? रयतेच्या भाजीच्या देठासही हात न लावण्याची शिवाजीची सक्त आज्ञा यांना सांगावी की नको?'

शिवाजीराजांच्या सैन्याच्या संदर्भात कॉ. पानसरे यांनी एक महत्त्वाचा मुद्दा उपस्थित केला आहे. या राजाचे सैन्य रयतेवर अत्याचार करत नव्हते,

याचे कारण ते मुळात रयतेतूनच उभे केले होते. रयतेशी त्यांचा जैविक संबंध होता. ते म्हणतात, 'शिवाजीचे सैन्य बारमाही शिपायांचे नव्हते. काही खडे सैन्य होते, नाही असे नाही; पण बहुतेक शिपाई शेतीभाती करीत. बायकामुलांत राहत आणि शिपाईगिरीही करीत... शेतीशी व कुटुंबाशी असे जिवंत व सातत्याचे संबंध असणाऱ्या शिपायांची मानसिकता दुसऱ्या शेतकऱ्याच्या शेतीची व संपत्तीची काळजी करण्याची असते. इतरांच्या लेकी-सुनांचा आदर करण्याची असते. दुसऱ्यांची शेती व पिके पाहून त्यांना स्वत:ची पिके आठवतात. दुसऱ्यांच्या लेकी-सुना पाहून त्यांना स्वत:च्या लेकी-सुना आठवतात आणि ते अत्याच्यार करीत नाहीत. नासधूस व लूट करीत नाहीत. अब्रू घेत नाहीत. शेतीशी जिवंत संबंध असलेला माणूस लुटारू होत नाही.' कॉ. पानसरे यांची कारणमीमांसा शिवाजीराजाच्या सैन्याच्या वर्तणुकीची समाजशास्त्रीयच नव्हे तर मानसशास्त्रीय मीमांसा करणारी आहे; आणि ती उपलब्ध शिवचरित्रात खात्रीने भर टाकणारी आहे.

शिवचरित्रातील आजच्या काळात सर्वांत अधिक प्रस्तुतता लाभलेला विषय म्हणजे 'धर्म.' कॉ. पानसरे त्याची चिकित्सा न करतील तरच नवल होते. शिवाजी महाराज हे हिंदूंचे राजे होते. त्यांचा लढा इस्लामशी अथवा मुसलमानांशी होता, या हिंदुत्ववादी विचाराचा त्यांनी खरपूस समाचार घेतला आहे. मुळात शिवाजीराजाचा संघर्ष हा दोन धर्मांचा नसून दोन राज्यांचा होता; तो एक सत्ता-संघर्ष होता, हे सांगताना त्यांनी हिंदू राजांकडे मुसलमान सेवक व मुसलमान राजाकडे हिंदू सेवक असणारी तत्कालीन इतिहासातील अनेक उदाहरणे सादर केली आहेत. एवढेच नव्हे तर शिवाजीराजाकडे किती मुस्लीम सेवक होते, यांचीही यादी दिली आहे. पुढे ते म्हणतात की, शिवाजीराजा धर्मश्रद्ध हिंदू होता. तो हिंदू देवदेवतांना व साधूसंतांना पूजित होता, हे सर्व खरेच आहे; पण तो इस्लामच्या व मुस्लीम प्रजेच्या विरुद्ध नव्हता. हिंदू देवालयांप्रमाणे तो मशिदींनाही इनामे देत होता. त्याच्या अनेक गुरूंपैकी एक बाबा याकुत हे मुस्लीम होते; तो कुराणाचा आदर करत होता. हिंदूंना एक वागणूक व मुस्लिमांना दुसरी वागणूक असे तो करीत नव्हता. मुस्लिमांचे 'हिंदूकरण' करण्याचा त्याने कधी प्रयत्न केला नाही.

पण, सध्या शिवाजीराजाचे नाव घेऊन मुस्लीमद्वेष पसरविला जातो, राजकारण केले जाते, अशा लोकांचा पर्दाफाश करताना कॉ. पानसरे

म्हणतात, 'त्यांचा मुस्लीमद्वेष कुठे खपत असेल तर त्यांनी स्वतःच्या नावाने खपवावा. त्यांच्या मालावर शिवाजीचा शिक्का मारून खपवू नये. तो माल शिवाजीचा म्हणून खपवू नये!'

शिवाजी महाराजांच्या नावाने व त्यांच्या जयघोषात हिंदू-मुस्लीम दंगे करणाऱ्यांना कॉ. पानसरे 'शिवाजी कोण होता' हे सांगतात : शिवाजी धर्मांध नव्हता. तो हिंदू धर्मावर श्रद्धा ठेवीत होता; पण मुसलमान धर्माचा द्वेष करत नव्हता. तो श्रद्धावान होता; पण अंधश्रद्ध नव्हता.

मुस्लीम बांधवांनाही आवाहन करताना ते म्हणतात, 'शिवाजीचे स्वराज्य स्थापायला ज्या मुसलमानांचे प्राण खर्ची पडले, ज्यांचे रक्त सांडले ते-सुद्धा तुमचेच पूर्वज होते ना? की औरंगजेब तेवढा तुमचा पूर्वज आणि मदारी मेहतर कुणीच नव्हे!... शिवाजीने स्थापलेले स्वराज्य फक्त हिंदूंच्यासाठी नव्हते. ते महाराष्ट्रातील मुसलमानांसाठीसुद्धा होते. मग महाराष्ट्रातील मुसलमानांनी शिवाजी आपला मानला पाहिजे की नको!'

कॉ. पानसरे यांची ही भूमिका केवळ इतिहासकारांची नाही. ती मुख्यतः समाजप्रबोधकाची आहे. हिंदू-मुस्लीम ऐक्याची, त्यांच्यातील बंधुभावाची आहे. अनेक जातिधर्मांनी बनलेला आपला समाज, आपले राष्ट्र एकसंध ठेवण्याची ही भूमिका आहे. त्यासाठी ते शिवचरित्राकडे राष्ट्रीय ऐक्य निर्माण करणारे एक प्रभावी साधन म्हणून पाहताहेत. त्यांच्या दृष्टीने शिवचरित्र साध्य नाही, साधन आहे आणि हेच कॉ. पानसरे यांच्या शिवचरित्राचे मुलखावेगळे वैशिष्ट्य आहे.

शेवटी कॉ. पानसरे आणखी एक इशारा देतात की, कोणी शिवाजीराजाच्या नावे आपले वर्णश्रेष्ठत्व स्थापू पाहिलं तर त्यांनी लक्षात ठेवावे की, शिवाजीराजाच्या स्वराज्याच्या कार्यात त्याचे बहुसंख्य साथीदार खालच्या जातीचे व गरीब शेतकरी समाजातील होते. कोकणात कोळी, भंडारी होते. देशावर महार-रामोशी, बारा बलुतेदार होते. मावळात लंगोटवाले मावळे होते. हे कोणी जहागीरदार-वतनदार नव्हते. या सर्वसामान्य लोकांना शिवाजीराजांनी असामान्य कार्य करण्याची संधी उपलब्ध करून दिली.

कॉ. पानसरे लिहितात, 'सामान्यांना शिवाजीने मोठे केले आणि मग या सामान्यांनी शिवाजीला मोठे केले आणि मग सर्वांनी मिळून खूप मोठे कार्य केले! चांगला विचार सामान्य लोक जेव्हा स्वीकारतात तेव्हा तो विचार हीच एक शक्ती बनते आणि ती शक्ती सामान्याकडून असामान्य

कार्य करून घेते. सामान्याच्या सहकार्याखेरीज व सहभागाखेरीज इतिहासातील असामान्य कार्ये घडत नाहीत.'

इथं कॉ. पानसरे समाजप्रबोधकच नव्हे तर इतिहासाचे भाष्यकार बनतात. शिवछत्रपतींचे असामान्य युगकार्य इतक्या साध्या-सोप्या भाषेत आजवर आम्हा सामान्यांना कोणी सांगितले नसेल!

आजच्या काळात 'चांगला विचार' म्हणजे सर्व भारतीयांनी जातिधर्माच्या पलीकडे पाहून धर्मनिरपेक्ष राष्ट्रधर्माच्या विचारास प्राधान्य देणे हा आहे. हा विचार जेव्हा सामान्य लोक स्वीकारतील तेव्हा त्यांच्याकडून असामान्य कार्ये घडून येतील, हाच शिवचरित्राचा संदेश कॉ. पानसरे आजच्या पिढीला देऊ इच्छितात.

१२-२-२०१७

❖

११

शिवचरित्रातील ब्राह्मण-ब्राह्मणेतर वाद आणि डॉ. श्रीपाल सबनीस यांची विवेकनिष्ठ भूमिका

महात्मा फुले यांच्या काळात 'ब्राह्मणेतर' ही संज्ञा अस्तित्वात आली नव्हती. महात्मा फुल्यांनी या ब्राह्मणेतर वर्गास 'विद्येत मागासलेला वर्ग' अथवा 'शूद्रातिशूद्रांचा वर्ग' असे म्हटले आहे आणि ते सर्वार्थाने लागू होते. विद्येत मागासलेला हा वर्ग अविद्येच्या गर्तेत पडून मती, नीती, गती, वित्त यांना पारखे होऊन थंड गोळ्याप्रमाणे निपचित पडून होता. त्यात महात्मा फुल्यांनी आपल्या बंडखोर पण कृतिशील विचारांनी जान भरण्यास सुरुवात केली. हळूहळू हा शूद्रातिशूद्रांचा वर्ग या महात्म्याने दिलेल्या संजीवनी मात्रेमुळे जिवंतपणाची, थोड्याबहुत अस्मितेची हालचाल करू लागला. ही हालचाल साधीसुधी नव्हती; तर एक दिवस समाजातील ब्राह्मणी वर्चस्वाला उलथून टाकून समग्र क्रांतीकडे जाणारी घटना होती.

समाजातील ब्राह्मणी वर्णवर्चस्वाला शूद्रातिशूद्रांपासून उत्पन्न होणारा हा धोका शिक्षणातून व त्यापासून होणाऱ्या ज्ञानप्राप्तीपासून होणार आहे, हे जेव्हा ब्राह्मणी पुढाऱ्यांच्या ध्यानात आले, तेव्हा त्यांच्यातील सर्वश्रेष्ठ अशा विद्वानाने-विष्णुशास्त्री चिपळूणकरांनी गुरकावणी दिली, 'खबरदार! ज्ञानाच्या किल्ल्या शेवटी ब्राह्मणांच्याच कमरेला आहेत!' चिपळूणकरांच्या

लेखणीतून हा उद्‌गार जेव्हा बाहेर पडला तेव्हापासूनच महाराष्ट्रात ब्राह्मण-ब्राह्मणेतर वाद खऱ्या अर्थाने सुरू झाला.

ब्राह्मण-ब्राह्मणेतर वादाची प्रत्यक्ष ठिणगी पडली ती कोल्हापूरच्या पंचगंगा नदीच्या काठावर. छत्रपती शाहू महाराजांना त्यांच्याच सेवेतील एका य:कश्चित ब्राह्मण पुरोहिताने घोषित केले की, महाराज क्षत्रिय आहेत यास जोपर्यंत सर्वशक्तिमान ब्रह्मवर्ग मान्यता देत नाही, तोपर्यंत महाराजांच्या स्नानाच्या वेळी वेदोक्त मंत्र न म्हणता पुराणोक्तच मंत्र म्हटले जातील! पंचगंगेच्या काठावरच्या या ठिणगीने हा हा म्हणता महाराष्ट्रात ब्राह्मण-ब्राह्मणेतरांचा वणवा पेटविला. पुण्यात चिपळूणकरांनी नाटकाची नांदी म्हटली तर कोल्हापुरात त्याची प्रत्यक्ष सुरुवात झाली.

हे सर्व प्राक्कथन एवढ्यासाठी की ब्राह्मण-ब्राह्मणेतर वाद हा प्रथम ब्राह्मणांनी सुरू केला. ब्राह्मणेतरांनी नाही. वादास प्रतिवाद, क्रियेस प्रतिक्रिया, हा निसर्ग-नियम आहे. त्यास अनुसरून समाजजीवनाच्या अनेक क्षेत्रांत या वादाने धुमाकूळ घातला. इतिहास संशोधनाचे, इतिहासलेखनाचे क्षेत्रही त्यास अपवाद राहिले नाही! इतिहासात या वादाची सुरुवात करण्याचे दायित्व इतिहासाचार्य वि. का. राजवाडे या महापंडिताकडे जाते. त्यांनी विसाव्या शतकाच्या प्रारंभीच 'समर्थ रामदासां' वर लेख लिहून शिवछत्रपतींच्या स्वराज्य स्थापनेच्या प्रेरणास्थानी समर्थांना स्थानापन्न केले! (इतिहासाचार्यांनी आपला हा लेख त्यांचे स्नेही आणि ज्यांनी वेदोक्त प्रकरणात शाहू छत्रपतींच्या विरोधात भूमिका घेतली होती, त्या विष्णू गोविंद विजापुरे यांच्या मासिकात प्रसिद्ध केला होता). आणि मग तेथून पुढे इतिहासाचार्य व त्यांच्या अनुयायांनी भाकड कथांनी भरलेल्या रामदासी बखरींवर आधारित अनेक लेख व ग्रंथ यांची निर्मिती करून मराठ्यांच्या इतिहासाच्या क्षेत्रात शिवछत्रपतींचे स्वराज्य स्थापनेचे श्रेय समर्थ रामदासांच्या झोळीत टाकून दिले. इतिहासाचार्यांच्या 'राजगुरू' समर्थ रामदासांच्या स्वराज्य स्थापनेच्या संकल्पनेचा संचार पुढे कथा, कादंबऱ्या, नाटक-सिनेमांतूनही झाला. दुसऱ्या शब्दांत मराठ्यांच्या हिंदवी स्वराज्य स्थापनेच्या मूळ श्रेयापासून शिवरायांना वंचित ठेवण्याचा आणि समर्थांना राजगुरूच्या पदावर स्थापित करण्याचा महान पराक्रम महराष्ट्रातील ब्राह्मण इतिहासपंडितांनी विसाव्या शतकाच्या पूर्वार्धात केला.

ब्राह्मण पंडितांच्या या अतिशय लाडक्या सिद्धान्तास पहिला विरोध, ब्राह्मणेतरात अपवाद म्हणून उदयास आलेल्या कृष्णाजी अर्जुन केळुसकर

यांनी आपल्या शिवचरित्रात केला आणि ब्राह्मणांचा हा स्वयंघोषित सिद्धान्त 'हा किती खोटा आहे' हे दाखवून दिले! पण, केळुसकरांचे चरित्र वाचणारे कोण? ब्राह्मणेतर समाज तर ९५ टक्के अक्षरशत्रू. शिवचरित्र वाचणारा बहुतेक ब्राह्मण समाज. तेव्हा केळुसकरांच्या या शिवचरित्राचा प्रसार होऊ नये म्हणून ब्राह्मण पंडितांनी त्या शिवचरित्रास वाळीत टाकले! बरे, हे आम्ही म्हणत नाही. मराठा इतिहासाचे थोर भाष्यकार, खरे इतिहासपंडित, त्र्यंबक शंकर शेजवलकर यांचे हे उद्‌गार आहेत. ते म्हणतात,

'पुढे केळुसकरांसारखे साक्षेपी मराठे स्वत: बखरी वाचून पाहू लागले तेव्हा त्यांस आढळले की एकाही ऐतिहासिक बखरीत शिवाजीने रामदासांच्या झोळीत राज्य टाकल्याची नोंद नाही. अर्थातच त्यांच्या मते छत्रपती व समर्थ यांचा संबंध परमार्थ साधनेपुरता उरला; पण हे म्हणणे (ब्राह्मण) इतिहास संशोधकांस अमान्य. म्हणून त्यांनी या ग्रंथावरच वाळी घातली. म्हणजे केळुसकरांचे पुस्तक ब्राह्मणांत जवळजवळ वाचले गेलेच नाही, असे झाले आणि ही प्रथा आजवर महाराष्ट्र वाङ्मयात चालू आहे. नको असलेल्या माणसाचे नको असलेले मत महाराष्ट्र जनतेसमोर येऊच नये अशी योजना करण्यात महाराष्ट्रब्राह्मण आजतागायत यशस्वी झाले आहेत!'[१]

इतिहासाचार्य राजवाड्यांच्या राजगुरू सिद्धान्ताच्या तटबंदीवर आपल्या परखड संशोधनतोफांनी अचूक भडिमार करून त्यास खिंडार पाडणारा एक अपवादात्मक पंडित निघाला, तोही ब्राह्मण! प्रा. न. र. फाटक. स्वत: ब्राह्मण असूनही ते ब्राह्मण्याने बाधित झाले नव्हते. समर्थांचा शिवरायांशी असणारा संबंध पारमार्थिक होता, राजकीय नव्हता; मुळात शिवरायांनी स्वराज्यस्थापना केल्यानंतर बऱ्याच कालावधीनंतर उभयतांची भेट झाली, तेव्हा स्वराज्याच्या प्रेरणास्थानी समर्थ असण्याचा प्रश्नच उद्‌भवत नाही, असे त्यांनी समर्थभक्त इतिहासकारांना ठणकावून सांगून एक प्रकारे त्यांना आव्हानच दिले. त्यातून महाराष्ट्रब्राह्मण वर्गात मोठी खळबळ माजली तर ब्राह्मणेतर चळवळीतील कार्यकर्त्यांना व लेखकांना ब्राह्मण विद्वानांच्या वर्णवर्चस्ववादी स्वार्थी प्रवृत्तीविरुद्ध लढण्याची अधिक उमेद प्राप्त झाली.

---

१. श्री शिवछत्रपति, पृ. ६४. लवकरच आमचे छत्रपती शिवाजी आणि समर्थ रामदास यांच्यामधील संबंधाचे विश्लेषण करणारे संशोधनात्मक पुस्तक येत आहे.

या पुढचा टप्पा येतो स्वातंत्र्योत्तर कालखंडातील ब्राह्मणेतर समाजातील प्रा. मा. म. देशमुख यांच्यासारख्या इतिहासकारांचा. त्यांनी इतिहासाचार्यांपासून सर्व समर्थभक्तांनी उभारलेला राजगुरू सिद्धान्ताचा डोलारा उद्ध्वस्त तर केलाच; पण त्याही पुढे जाऊन समर्थ रामदास हे स्वराज्याचे प्रेरक अथवा शिवरायांचे गुरू तर नव्हतेच; पण ते स्वराज्याचे शत्रू आणि आदिलशहा-औरंगजेबाचे हेर होते, असे प्रतिपादन करून या वादाचे दुसरे टोक गाठले! त्यामुळे सगळ्या महाराष्ट्रात प्रचंड खळबळ निर्माण झाली. आचार्य अत्र्यांनी 'मराठा'तून प्रा. मा. म. देशमुखांवर घणाघाती टीका केली; पण मा. म. आपल्या प्रतिपादनाशी ठाम राहिले!

'मा. मं.' नंतर येतात ब्राह्मणेतर समाजातील प्रकांड पंडित व विचारवंत कॉ. शरद पाटील. त्यांनी 'ब्राह्मणेतर' ऐवजी 'अब्राह्मणी' अशी संज्ञा रूढ केली. त्यांनी 'शिवाजीच्या हिंदवी स्वराज्याचे खरे शत्रू कोण - महंमदी की ब्राह्मणी?' हा ग्रंथ लिहून शिवकालीन समस्त ब्राह्मणवर्गास आरोपीच्या पिंजऱ्यात उभे केले आणि त्यांच्याकडे हिंदवी स्वराज्याचे खरे शत्रू म्हणून अंगुलिनिर्देश केला. 'शिवाजी'स वैदिक परंपरेच्या कोशातून बाहेर काढून त्याच्यावर शाक्त पंथाचा अब्राह्मणी साजही त्यांनी चढविला! एवढेच नव्हे तर रायगडावर साजऱ्या झालेल्या तांत्रिक राज्याभिषेकाचा एक आवश्यक विधी म्हणून एका अस्पृश्य स्त्रीशी महाराजांचा विवाहही त्यांनी लावून दिला! शिवरायांचे शत्रू असलेल्या ब्राह्मणांनी त्यांच्या मृत्यूनंतर तिचा टकमक टोकावरून कडेलोट केला!

कॉ. शरद पाटलांच्या संशोधनातील या धक्कादायक निष्कर्षांनी सर्व महाराष्ट्र स्तिमित झाला असता, आंबेडकरी चळवळीतील एक विचारवंत डॉ. विनोद अनाव्रत यांचे 'शिवाजीचे उदात्तीकरण : पडद्यामागचे वास्तव' हे पुस्तक प्रसिद्ध झाले. डॉ. अनाव्रत यांनी वेगळाच राग आळवला. औरंगजेब हा शिवाजी राजाहून श्रेष्ठ शासक असून 'शिवाजीची अंतस्थ भावना (प्रत्यक्षात ती आगतिकता होती) हेच दर्शवीत होती की 'हे राज्य आम्ही रयतेसाठी नव्हे तर भट-ब्राह्मणांच्या सोयीसाठी कमविले आहे...' शिवशाही ही ब्राह्मणवादाच्या केसालाही धक्का लावू शकली नाही. त्याउलट (ती) ब्राह्मणांना व ब्राह्मणी वर्णव्यवस्थेच्या केशसंभाराला कुरवाळत राहिली.

म्हणजे शिवाजीराजा म्हणजे नेमका कोण ? त्याचे स्वराज्य कोणासाठी? त्याचे शत्रू महंमदी की ब्राह्मणी? तो ब्राह्मणांचा शासक की मानसिक

गुलाम? स्वराज्याची मूळ प्रेरणा त्याची स्वत:ची की समर्थ रामदासांची? तो वैदिक परंपरांचा भोक्ता की शाक्तपंथाचा अनुयायी? असे अनेक प्रश्न महाराष्ट्रातील सामान्य इतिहासप्रेमींनाच नव्हे तर मराठी साहित्य क्षेत्रातील अनेक विचारवंतांना पडले आहेत. ते अस्वस्थही झाले आहेत; पण शिवचरित्र हा काही आपला प्रांत नाही, असे समजून ते मौन धारण करून बसले असता त्यांच्यापैकी एक नामवंत विचारवंत डॉ. श्रीपाल सबनीस यांनी त्यांना वाटणाऱ्या अस्वस्थतेपोटी या प्रश्नाच्या मुळाशी जाण्याचा प्रामाणिक प्रयत्न केलेला आहे. त्यांच्या या धाडसी प्रयत्नाचे फळ म्हणजे प्रस्तुतचा 'छत्रपती शिवराय आणि ब्राह्मण-ब्राह्मणेतर वाद : विवेकवादी भूमिका' हा त्यांचा ग्रंथ होय.

दोन्हीही बाजू ब्राह्मण्यग्रस्तच : समीक्षक श्रीपाल सबनीस यांची भूमिका

ब्राह्मण-ब्राह्मणेतर वादातील ब्राह्मणेतर विचारवंतांचा ब्राह्मण इतिहासकारांवर आरोप होता की त्यांनी ब्राह्मणांचे वर्णवर्चस्व प्रस्थापित करण्यासाठी शिवचरित्राचे विकृतीकरण केले आहे. म्हणजे त्यांचा इतिहास हा 'ब्राह्मणग्रस्त' असतो; पण ब्राह्मण जातीविषयीच्या द्वेषातून तयार केलेला ब्राह्मणेतरांचाही इतिहास हा 'ब्राह्मण्यग्रस्तच' म्हणावा लागेल, असे डॉ. श्रीपाल सबनीस यांचे म्हणणे आहे. ते म्हणतात-

'विकृत इतिहासलेखनास निर्दोष उत्तर देण्याऐवजी प्रतिवादसुद्धा ब्राह्मण जातीच्या द्वेषातून जन्माला येत असेल तर तोसुद्धा 'ब्राह्मण्य'ग्रस्तच असतो. अर्थात ही भूमिका ब्राह्मण्यग्रस्त ब्राह्मणेतरांची म्हटली जाईल. इतिहासाचे 'ब्राह्मणीकरण' जसे चुकीचे किंवा घातक, तसेच इतिहासाचे 'ब्राह्मणेतरीकरण' सुद्धा वाईट म्हणावे लागेल. म्हणून या मांडणीला शुद्ध पुनर्मांडणी म्हणता येणार नाही.'

परंतु, हे पथ्य जसे ब्राह्मणांनी पाळले नाही तसे ब्राह्मणेतरांनीही पाळले नाही, याची खंत डॉ. सबनीस यांना आहे. ते पुढे म्हणतात, 'या दोन भूमिकांमध्ये फरक इतकाच की ब्राह्मण विद्वानांनी प्रथम विकृतीला सुरुवात केली आणि नंतर ब्राह्मणेतरांनी त्याला विरोध म्हणून निषेधात्मक विकृतीचे टोक गाठले.'

याचे ढळढळीत उदाहरण म्हणजे इतिहासाचार्य राजवाडे आणि कॉ. शरद पाटील या दोघांत उत्तर व दक्षिण ध्रुवांचे अंतर! एका टोकावर स्वराज्याचे मूल श्रेय ब्राह्मण संत रामदासांना देणारे आणि चातुर्वर्ण्य व जातिव्यवस्थेचा अभिमान धरणारे इतिहासाचार्य, तर दुसऱ्या टोकावर शिवरायाचे खरे शत्रू ब्राह्मण असे जाहीर करून शाक्तपंथी शिवरायाकडून जातिव्यवस्था उद्ध्वस्त करू पाहणारे कॉ. शरद पाटील! आजच्या महाराष्ट्रात इतिहासाचार्यांचे अनुयायित्व करताहेत शिवशाहीर बाबासाहेब पुरंदरे तर कॉ. शरद पाटलांचे अनुयायित्व करताहेत शिवश्री श्रीमंत कोकाटे!

डॉ. सबनीस यांच्या दृष्टीतून दोन्हीही बाजू ब्राह्मण्यग्रस्तच आहेत. ऐतिहासिक सत्यापासून कोसो दूर. इतिहासकाराची भूमिका सत्यावर आधारलेली असली पाहिजे. नाहीतर असत्याच्या पेरणीस विषारी पीक आल्याशिवाय राहणार नाही, याची धोक्याची जाणीव ते वाचकांस करून देतात. 'ब्राह्मण्याचा बुरखा सर्वांनी जरूर फाडला पाहिजे; कारण त्यात सत्याची पूजा असते; पण सत्याच्या नावाने व ब्राह्मणांच्या द्वेषाने पछाडलेल्या प्रतिभा कितीही कट्टर असल्या तरी त्या असत्याची पेरणी करून विषारी ठरण्याचा धोका आहे. जे लबाड ब्राह्मणांनी केले तोच पराक्रम ब्राह्मणेतरांनी केला तर ती सत्यनिष्ठा कशी? आणि जातीय द्वेष व इतिहास वास्तवाच्या या चुकीच्या आकलन-विश्लेषणाला खरा इतिहास कसा व का मानावा?'

स्वराज्याच्या संकल्पनेचे खरे शिल्पकार कोण?

शिवरायांची स्वराज्याची संकल्पना त्यांच्यापासून लुबाडून घेऊन ती समर्थ रामदासांना देण्याचे ऐतिहासिक कार्य इतिहासाचार्य राजवाडे यांनी केल्याचे आता सर्वमान्य झाले आहे. (यास पुरावा म्हणजे खुद्द इतिहासाचार्यांचेच लिखाण आहे.) हेच कार्य बाबासाहेब पुरंदरे यांनी आपल्या शिवचरित्रात रामदासांचा गौरव करून सिद्धीस नेले आहे, असे डॉ. सबनीस यांचे प्रतिपादन आहे. ते लिहितात :

'ब्राह्मण्य कुरवाळणाऱ्या व्यासंगी इतिहासकारांच्या परंपरेचे आजच्या काळातील अस्सल प्रतिनिधी म्हणून ब. मो. पुरंदरे यांची नोंद अपरिहार्य ठरते. पुरंदरे यांनी 'राजा शिवछत्रपती' या ग्रंथात शिवरायांच्या स्वराज्यसंकल्पनेचे शिल्पकार शहाजी महाराजांऐवजी संत रामदासांना ठरविले आहे.

परकीय सत्तेच्या गुलामगिरीतून मुक्त होण्याचा उपाय कोणता, या प्रश्नाच्या उत्तरात रामदासांचा गौरव पेरून पुरंदरे म्हणतात, 'यावर एकमेव उपाय होता. कोणता? स्वतंत्र महाराष्ट्र राज्याची स्थापना! स्वराज्याची स्थापना!' पण त्याकरिता 'महाराष्ट्रधर्म' जागा व्हावयास हवा होता ना!'

म्हणजे (रामदासांच्या) महाराष्ट्रधर्माचा प्रथम प्रसार होऊन महाराष्ट्रात स्वराज्यस्थापनेची जागृती झाली आणि नंतर शिवरायांनी स्वराज्यस्थापना केली, ही गोष्ट किती हुशारीने पुरंदरे यांनी मांडली आहे, हे चाणाक्ष वाचकांच्या ध्यानात यायला हरकत नाही. म्हणून सात्त्विक संतापाने डॉ. सबनीस विचारतात, 'रामदासांचा महाराष्ट्रधर्म सर्वश्रुत आहे; पण शहाजीराजे-जिजाबाई-शिवाजीराजांची 'स्वराज्य' संकल्पना रामदासांच्या नावावर पुरंदरे कोणत्या पुराव्याने सन्मानित करतात? की रामदासांची ब्राह्मण जात त्यांना सुखावते? म्हणूनच 'महाराष्ट्र धर्मा'वर 'स्वराज्य' संकल्पनेचे कलम करण्याचा, ब्राह्मणग्रस्त पराक्रम पुरंदरे करतात?...शहाजीराजे-जिजाऊ आणि शिवाजीराजे यांची स्वराज्याची संयुक्त संकल्पनासिद्धी रामदासांच्या नावे बाबासाहेब पुरंदरे का लुटताहेत? कोणताही पराक्रम, कोणतीही श्रेष्ठ संकल्पना केवळ ब्राह्मण वर्णातच जन्माला येते, या तद्दन गैरसमजाची पेरणी पुरंदरे यांच्या मनात व मेंदूतही झालीय का?'

समर्थ रामदासांच्या विचारांची व कार्याची मर्यादा नोंदविताना डॉ. सबनीस यांनी म्हटले आहे : 'रामदासांची धार्मिक व राजकीय भूमिका मात्र ब्राह्मण्याच्या वर्तुळात बंदिस्त आहे. त्यामुळे दोन्ही भूमिकांचे सांस्कृतिक व ऐतिहासिक मूल्य भिन्न आहे. याचा अर्थ रामदास हे शिवाजी महाराजांचे शत्रू ठरत नाहीत; पण पुरंदरे यांच्या इच्छेप्रमाणे ते शिवरायांचे गुरूही ठरत नाहीत!'

शिवरायांचे पिता शहाजीराजे व माता जिजाऊ याच खऱ्या स्वराज्याच्या संकल्पक असून, स्वराज्याची संकल्पसिद्धी त्यांच्या पुत्राने केली, असा सिद्धान्त डॉ. सबनीस मांडतात. महाराजांच्या मुद्रेच्या आशयाची चिकित्सा करताना ते लिहितात, 'शिवरायांच्या स्वराज्याचा ध्येयवाद सिद्ध करणारे व्यापक सूत्र या मुद्रेत प्रतिबिंबित झाले आहे. अर्थात, महाराजांच्या स्वराज्याचा आशय त्यांच्या कृतिशीलतेतून स्पष्ट झालाय. त्याच्या मुळाशी माता जिजाऊ व वडील शहाजी महाराज यांचे संस्कार आणि शिकवण आहेच. स्वराज्याच्या संबंधाने शहाजी महाराजांना वगळून शिवरायाच्या ध्येयाचा

विचार संभवत नाही; किंबहुना 'स्वराज्य' केवळ शहाजीराजे व शिवाजीराजे यांच्यापुरते मर्यादित ठेवता येत नाही. कारण माता जिजाबाईंचे योगदान स्वराज्यातून वजा करणे केवळ अनैतिहासिकच नसून ते सांस्कृतिक व ऐतिहासिक पाप ठरेल!'

शिवरायांचा तांत्रिक राज्याभिषेक व अस्पृश्य स्त्रीशी विवाह

डॉ. सबनीस सर्वाधिक घसरले आहेत ते कॉ. शरद पाटलांच्या शिवरायास शाक्तपंथी बनविण्याच्या त्यांच्या आवडत्या सिद्धान्तावर आणि ते स्वाभाविकच आहे. महाराष्ट्रातील विद्वान इतिहास संशोधकांना हे मान्य होते, की महाराजांनी वैदिक राज्याभिषेकानंतर तांत्रिक राज्याभिषेकही निश्चलपुरी तांत्रिकाकडून करवून घेतला; पण या एकाच घटनेवरून कॉ. पाटलांनी अन्वयार्थ शोधला की महाराज शाक्तपंथी झाले होते. कॉ. पाटलांनी गोष्ट इथंपर्यंतच थांबवली नाही. आपल्या सिद्धान्ताच्या पुष्ट्यर्थ ते त्यास अनेक पुस्त्या जोडत गेले. पहिली पुस्ती अशी की तांत्रिक राज्याभिषेकाच्या वेळी तंत्रविद्येनुसार अस्पृश्य स्त्रीशी विवाह करणे गरजेचे असते. त्याप्रमाणे त्यांनी एका अस्पृश्य स्त्रीशी विवाह करून तिला पट्टराणीही बनवले!

कॉ. शरद पाटील यांच्या प्रकांड पांडित्याबद्दल, त्यांच्या सखोल संशोधन-चिंतनाबद्दल व त्यांच्या परखड मतप्रतिपादनाबद्दल आमच्या मनात मोठा आदर होता व आहेही. त्यांच्या या नव्या संशोधनामुळे आम्हीच नव्हे तर महाराष्ट्रातील तमाम इतिहासप्रेमी व अभ्यासक चकित झाले आणि जेव्हा आम्ही कॉ. शरद पाटील यांच्या 'शिवाजीच्या हिंदवी स्वराज्याचे शत्रू कोण...' या ग्रंथाचा व तांत्रिक राज्याभिषेकाच्या निमित्ताने निर्माण झालेल्या 'श्रीशिवराज्याभिषेक कल्पतरु' या पोथीचा धांडोळा घेतला तेव्हा लक्षात आले की कॉ. पाटलांच्या या शोधाला ठोस पुरावा असा कुठेच नाही. अथवा शिवचरित्राच्या अन्य स्वकीय व परकीय साधनांमध्येही या घटनेचा कुठे उल्लेख नाही. म्हणजे ही सर्व कॉ. पाटलांच्या प्रतिभेची घोडदौड आहे.

आणि कॉ. पाटलांची ही सर्व घौडदौड काल्पनिकच असल्याने ती कोण रोखणार? पुढे ते सांगतात की, शिवरायांची ही अस्पृश्य राणी त्यांची आवडती पट्टराणी झाली! हे पाहून राणी सोयराबाईने त्यांच्यावर वैदिक ब्राह्मण प्रधानांच्या मदतीने विषप्रयोग केला! कारण ब्राह्मण, शिवरायांचे

शत्रू बनले होते. खरे म्हणजे शिवरायांनी काळाची एक तात्पुरती गरज म्हणून तांत्रिक राज्याभिषेक करून घेतला. या एका सत्य घटनेशिवाय कॉ. पाटलांच्या पुढच्या काल्पनिक इमल्यांना काडीचाही कागदोपत्री आधार नाही.

कॉ. शरद पाटील व त्यांचीच परंपरा पुढे चालवणारे शिवश्री श्रीमंत कोकाटे यांच्या अशा प्रकारच्या प्रतिपादनाचा सपाटून समाचार डॉ. सबनीस यांनी घेतला आहे. त्यांची भाषा आक्रमक व परखड असली तरी त्यामागची त्यांची सत्यान्वेषी भावना लक्षात घ्यावी लागेल. कॉ. पाटलांचा थेसीस खोडून काढताना ते म्हणतात- 'जानवे घातल्याने सम्राट अकबर ब्राह्मण होत नसतो. तसेच तांत्रिक राज्याभिषेक केल्याने छत्रपती शिवाजीराजे 'शाक्तपंथी' होत नसतात. बहुधार्मिक रयतेचा विश्वास संपादन करण्यासाठी सम्राट अकबराने जसे वेगवेगळे प्रयोग केले तसाच प्रयोग हिंदू संस्कृतीमधील तंत्रमार्गी लोकांच्या समाधानासाठी सहिष्णुतेच्या भूमिकेतून शिवरायांनी तांत्रिक राज्याभिषेकाद्वारे केला. एकाच संदर्भाने शिवाजीराजांना 'शाक्त पंथाची' दीक्षा देऊन त्यांच्या संपूर्ण जीवनाचा व भूमिकेचा पूर्वरंग बदलणे अघोरीपणाचे लक्षण आहे.'

महाराजांना समस्त ब्राह्मण जातीच्या विरोधात उभे करण्याचा ध्यास घेणाऱ्या विद्वानांच्या प्रतिभा, द्वेषाने पछाडलेल्या स्पष्ट दिसतात. म्हणून तर महाराजांचे शत्रू 'ब्राह्मणी' ठरवले गेले. दिल्लीची मुघल सल्तनत व आदिलशाहीची मुस्लीम पातशाही शिवाजीराजांची शत्रू नव्हती का? मग शिवरायांच्या स्वराज्याला या मुस्लीम सत्तांनी सततचा विरोध का केला? महाराजांनीही या मुस्लीम सत्तांना मित्र मानले नव्हते तरीही राजांचे शत्रू 'महंमदी' नसून 'ब्राह्मणच' असल्याचा घोष कॉ. शरद पाटील आयुष्यभर करीत राहिले. याला पुरावा कोणता? त्यांची ब्राह्मणविरोधी ब्राह्मणग्रस्त मानसिकता एवढेच सत्य पुराव्यानिशी सिद्ध होते. अष्टप्रधान मंडळांतील सात प्रधान ब्राह्मण असतील तर शिवाजीराजांचे शत्रू 'ब्राह्मणी' कसे? या सात ब्राह्मण प्रधानांना छत्रपती शिवरायांनी शत्रू मानले असते तर अष्टप्रधानांत त्यांना सन्मानित का केले? कॉ. पाटील ज्यांना महाराजांचे शत्रू ठरवतात, त्यांना महाराज विश्वासाने गौरवान्वित करून स्वराज्याच्या नेतृत्वात नेमतात. छत्रपतींच्या बुद्धिमत्तेपेक्षा पाटील स्वत:ला अधिक बुद्धिमान समजतात काय?'

तांत्रिक राज्याभिषेकात शिवाजी महाराजांनी अस्पृश्य स्त्रीशी विवाह

केल्याच्या निष्कर्षास पुरावा तर नाहीच, शिवाय तो राजकीय हेतूने प्रेरित होऊन काढल्याचे डॉ. सबनीस यांनी म्हटले आहे. कॉ. पाटलांची ही राजकीय खेळी कोणती यावर भाष्य करताना ते म्हणतात, '२०व्या शतकात डॉ. आंबेडकरी पर्वाने तळातील कोट्यवधी दलित जनतेला आत्मभान देऊन लढाऊ बनवले. हे शक्तिकेंद्र फुले आणि मार्क्सच्या बेरजेत घेऊन, स्वत:चेच नवे क्रांतिवादी तत्त्वज्ञान म्हणून कॉ. पाटील यांनी तारस्वरात मांडण्याचा सपाटा लावला. आंबेडकरी चळवळीचा गाभा असलेल्या 'अस्पृश्य' जातीतील स्त्री हीच जर 'शिवाजी महाराजांची नववी पत्नी' होती असे आपण सिद्ध केले तर संपूर्ण अस्पृश्य आणि दलित समाज आजच आपल्या तत्त्वज्ञानाकडे ओढला जाईल. तसेच क्षत्रिय व अतिशूद्र हा सोयरिक संबंध प्रस्थापित केल्याने, 'ब्राह्मणी' गटाशी संघर्ष करणे सोयीचे होऊन, लढ्याला गती प्राप्त होईल, या राजकीय हेतूने प्रेरित होऊन, कॉ. शरद पाटील यांनी राजे शिवाजी आणि अस्पृश्य स्त्री यांच्या काल्पनिक विवाहाचे पौरोहित्य केले. अर्थात, हा प्रयत्न कॉ. पाटील यांच्या राजकीय खेळीचा भाग आहे. ते इतिहासाचे वास्तव नव्हे! तेव्हा शिवाजी महाराजांसाठी अस्पृश्य राणी कॉ. पाटलांनीच शोधली आणि त्यांच्या विवाहाची 'अब्राह्मणी' मंगलाष्टकेही त्यांनीच गायिली! हा इतिहास नसून इतिहासाच्या नावाने केलेले दुष्ट राजकारण आहे...'

डॉ. सबनीस पुढे म्हणतात : 'शिवसेना, भाजपा व हिंदुत्ववाद्यांच्या व्यासपीठावरून राजा शिवाजीला काढण्यासाठी आणि डाव्यांच्या प्रवाहात त्यांची स्थापना करण्यासाठी कॉ. पाटलांनी डावपेचाचा भाग म्हणून इतिहास वापरण्याचे ठरविले. शिवाजीराजाचे लग्न अस्पृश्य स्त्रीशी लावले की मराठ्यांचे सोयरे दलित होतात. त्यामुळे राजकीय ध्रुवीकरण होऊन समाजकारणाचीही सोय होते, हा पाटलांचा मुख्य डावपेच आहे. इथे शरद पाटलांमधील इतिहास संशोधकावर त्यांच्यातीलच राजकारण्याने मात केली आहे.'

ब्राह्मण शिवरायांचे शत्रू (?)

शिवाजी महाराजांनी शाक्तपंथाचा स्वीकार केल्याने वैदिक ब्राह्मण त्यांच्यावर संतापले व त्यातून त्यांनी त्यांचा घात घडवून आणला, असे

गृहीतक कॉ. पाटलांनी स्वीकारल्याने त्यावर त्यांनी ब्राह्मणद्वेषाचा इमला उभा केला. शाक्तपंथाच्या अनेक तांत्रिक विधींपैकी एक म्हणजे तांत्रिक योगिनीशी 'योग' करणे. कॉ. पाटील सांगतात, 'शिवाजीराजांनी शाक्तपंथी उपासक बनून श्रीशैल्यच्या प्रवरमुख्या योगिनीशी 'योग' केला. म्हणूनच त्यांना विषप्रयोग झाला आणि हा विषप्रयोग ब्राह्मण मंत्र्यांनी सोयराबाईंच्या हस्ते केला.'

यावर भाष्य करताना डॉ. सबनीस यांनी म्हटले आहे : 'शरद पाटलांच्या 'अब्राह्मणी' न्यायासनाने शिवाजीराजांच्या ब्राह्मण मंत्र्यांसह 'अब्राह्मणी' पट्टराणी सोयराबाईलाही 'गुन्हेगार' ठरविले आहे. तेव्हा मारेकऱ्यांना मंत्री म्हणून नियुक्त करणारे आणि स्वतःच्याच खुनी पत्नीशी संसार करणारे राजे शिवाजी असल्याचे कॉ. शरद पाटील सांगत आहेत. छत्रपती शिवाजी महाराज, त्यांचे कर्तृत्व, त्यांचा इतिहास आणि राजांना वंदन करणारा समस्त महाराष्ट्र या सर्वांवर कॉ. शरद पाटील यांनी प्रचंड मोठा अन्याय केला आहे.'

शिवाजी महाराजांच्या मृत्यूनंतर त्यांच्या अस्पृश्य पट्टराणीस कोणी वालीच राहिला नाही. याचा फायदा घेऊन त्या 'पट्टराणीचा टकमकीवरून कडेलोट' करण्यात आला. अर्थातच हा कडेलोट सोयराबाई व ब्राह्मण प्रधान यांनीच केला! कागदोपत्री एक कणभरही पुरावा नसता एवढे धाडसी निष्कर्ष काढणे, ही गोष्ट सामान्य नाही! कॉ. शरद पाटलांसारख्या बेडर संशोधकासच ते शक्य आहे! अशा प्रकारचे साहसी संशोधन व अचाट निष्कर्ष गेल्या शे-सव्वाशे वर्षांत एक इतिहासाचार्य राजवाडे यांचा अपवाद वगळता कोणीही मराठी संशोधक काढू शकलेला नाही.[२]

---

२. या विधानामुळे, विशेषतः इतिहासाचार्यांच्या संदर्भात केलेल्या विधानामुळे, काही वाचकांचा भ्रुकुटीभंग होण्याची शक्यता आहे. त्यांनी कृपया इतिहासाचार्यांचे 'श्री समर्थ रामदास' व 'श्री समर्थ रामदास स्वामी यांनी श्रीशिवछत्रपतीस अनुग्रह दिल्याचा नक्की काळ' हे दोन लेख पाहावेत. : समग्र राजवाडे खंड १३वा, लेखांक ३ व ४. कॉ. पाटील व इतिहासाचार्य यांच्यात फरक एवढाच की कॉम्रेडपुढे काहीच पुरावा नव्हता तर इतिहासाचार्यांसमोर ढीगभर पुरावे होते; पण ते सारे बनावट होते!

शिवाजी महाराज शाक्तपंथी तर मग वैदिक संस्काराचे काय?

कॉ. शरद पाटलांनी म्हटले आहे की १६६१ सालापासूनच शिवाजीराजे शाक्तपंथी बनले होते. त्यांचा हा थेसीस स्वीकारला तर काही मूलगामी प्रश्न उभे राहतात, असे प्रश्न डॉ. सबनीस यांनीही उपस्थित केले आहेत. ते लिहितात, 'महाराजांवर शाक्तपंथीय संस्कार झाले असतील तर वयाच्या ४४व्या वर्षी ते वैदिक धर्माकडे कसे व का वळले? त्यांनी पहिलाच राज्याभिषेक सोहळा वैदिक हिंदू धर्मानुसार का केला? आणि मातु:श्री जिजाबाईंनी वैदिक हिंदू धर्माशिवाय इतर कोणत्याही धर्म-पंथाचे संस्कार बालपणी राजांवर केले असतील तर वैदिक राज्याभिषेक सोहळ्यात मातु:श्रींसह सर्व भोसले कुटुंब आनंदाने का सामील झाले? या प्रश्नांच्या उत्तरात संबंधित विद्वान (म्हणजे कॉ. पाटील व त्यांचे अनुयायी) मौनात गेले आहेत.'

याहून महत्त्वाचा प्रश्न असा की शाक्तपंथ हा तांत्रिक पंथ असल्याने त्यामध्ये साधकाला अनेक अघोरी प्रथांतून जावे लागते. मागे उल्लेखलेला श्रीशैल्यच्या प्रमुख योगिनीशी महाराजांनी 'योग' साधला, असे जे कॉ. पाटलांनी म्हटले आहे, तो 'योग' यापैकीच होय.

अशा अघोरी प्रथा म्हणजे तत्कालीन समाजात स्वैराचारच मानला जात असे. असा स्वैराचार महाराज करतीलच कसे, असा रास्त प्रश्न डॉ. सबनीस विचारतात : 'शाक्तपंथी वर्णव्यवस्था विरोध समतावाद्यांना कितीही आकर्षित करीत असला तरी त्या प्रवाहातील 'स्वैराचार' हा तत्कालीन नैतिक निकषावर 'व्यभिचार'च ठरतो तेव्हा असा उद्योग स्वराज्याचे छत्रपती का व कशासाठी करतील? शाक्तपंथी देवीची उपासना पवित्रच! पण या पंथाच्या नावे रुळलेल्या 'अघोरी' प्रकारांचे काय? शाक्तपंथी नग्नावस्थेतील चक्रपूजेचे समर्थन, समतेच्या कैवारात कसे करता येईल? सर्वसामान्य रयत नैतिकतेची कास धरणारी असताना, छत्रपती नैतिक चौकट मोडून शाक्तपंथी बनतीलच कसे? स्वराज्यामध्ये सर्वधर्मीय व सर्वपंथीय जनतेच्या विभिन्न श्रद्धा-आस्था असतात. त्या सर्वांचाच आदर राखण्यासाठी शिवरायांनी निश्चलपुरीचा तांत्रिक राज्याभिषेकाचा प्रस्ताव मान्य केल्याचे लक्षात घ्यावे लागते.'

कॉ. पाटलांनी शिवरायास शाक्तपंथीय ठरविणे म्हणजे तो एक इतिहासाचा

द्रोह होय, असा आपला कठोर अभिप्राय लेखकाने नोंदविला आहे.

शिवाजी महाराजांनी वैदिक पद्धतीनुसार आपला पहिला राज्याभिषेक केला आणि त्या प्रसंगी रायगडावर जमलेल्या हजारो ब्राह्मणांना त्यांनी लाखो रुपयांचा दानधर्म केला, यावरून त्यांनी त्या काळी देशात सर्वत्र अस्तित्वात असलेली वर्णव्यवस्था व जातिसंस्था नाकारली नव्हती हे स्पष्ट होते. तसेच तिच्याविरुद्ध बंड पुकारून ती उद्ध्वस्त करणे हे कामही त्यांच्या अजेंड्यावर नव्हते. आपला देश परकीय इस्लामी सत्तेपासून स्वतंत्र करून राजकीय गुलामगिरी नष्ट करणे, हे त्यांचे प्रधान उद्दिष्ट होते. तेव्हा त्यांच्याकडून फुले-आंबेडकर यांनी घडवून आणलेल्या समाजक्रांतीची अपेक्षा करणे गैर आहे, अशी कालसापेक्ष भूमिका लेखकाने घेतली आहे, ती योग्यच आहे. डॉ. सबनीस लिहितात : 'शिवाजीराजे 'वैदिक वर्णव्यवस्थेत जगत होते; पण त्यांनी ब्राह्मणांचा अतिरेकी कैवारही घेतला नाही आणि त्यांचा अकारण विरोध किंवा द्वेषही केलेला दिसत नाही. मुस्लिमांसारख्या परधर्मीयांचा द्वेष न करणारे महाराज, स्वतःच्या हिंदू धर्मातील ब्राह्मणांचा विरोध करण्याचे कारणही नाही. फक्त महाराजांच्या दृष्टीत 'स्वराज्य' निर्णायक महत्त्वाचे आहे आणि स्वराज्याला विरोध करणारेच त्यांचे विरोधक आहेत. मग ते मुस्लीम असोत, मराठे असोत किंवा ब्राह्मण असोत.

शिवाजीराजे वर्णव्यवस्थेत जगताना 'क्षत्रियत्वाची' जाणीव ठेवतात. याच अर्थाने त्यांनी तत्कालीन समाजव्यवस्था जोपासली. सर्वच संतांनी 'वर्णव्यवस्थे'चा व 'कर्मविपाकाचा' सिद्धान्त प्रमाण मानूनसुद्धा मानवता जपली व जातीजातीतील भेद नाकारला. तसेच शिवरायांनी स्वतःचे 'क्षत्रियत्व' प्रमाण मानूनही वर्ण-जात व्यवस्थेतील कर्मठपणा मोडीत काढून धार्मिक औदार्य सिद्ध केले...तरीही शिवाजीराजांना आधुनिक काळातील म. फुले-डॉ. आंबेडकरी समतेच्या मोजपट्ट्या व निकष लावणे सर्वार्थाने अयोग्य आहे; कारण त्या काळात आजचा समतावादी विचार असणेच शक्य नाही; त्यामुळे काही ब्राह्मणेतर विद्वान महाराजांना फुले-आंबेडकरवादी बनवू पाहतात; पण त्यांचा हा प्रयोग इतिहास वास्तवाला न्याय देणारा नाही. अर्थात, शिवाजीराजे विषमतावादी होते असाही त्याचा अर्थ काढला जाऊ नये! कारण, त्यांच्या राज्यात सुख आणि शांतता नांदावी म्हणून महाराजांनी अथक परिश्रम केलेत. सर्व रयतेला समान न्याय देण्याची त्यांची भूमिका स्वकीयांनी तर गौरविलीच; पण हेन्री ऑक्सिडनसारख्या ब्रिटिशांच्या वकिलानेही

महाराजांच्या समतोल न्यायाचा गौरव केलाय.'

तिसऱ्या वस्तुनिष्ठ व विवेकवादी भूमिकेची गरज

डॉ. सबनीस यांच्या ग्रंथाचा आवाका तसा मोठा आहे. अनेक ब्राह्मण-ब्राह्मणेतर लेखकांच्या विचारांचा व भूमिकांचा धांडोळा घेत, त्यांचे विश्लेषण करीत त्यांनी आपल्या विषयाचे सविस्तर प्रतिपादन केले आहे. त्यातील सर्वच मुद्द्यांचा परामर्श इथं स्थलकालाअभावी घेता येणं शक्य नाही. तथापि, ज्या उद्दिष्टाने त्यांनी ग्रंथलेखनाचा हा प्रपंच केला, त्या उद्दिष्टाचे महत्त्व अधोरेखित करणे गरजेचे आहे; कारण आमच्या दृष्टीने ग्रंथाचा तोच खरा आत्मा आहे!

आपला हा लेखन-प्रपंच कशासाठी हे डॉ. सबनीस यांनी एका ठिकाणी नोंदविले आहे :'ब्राह्मण व ब्राह्मणेतर विद्वानांचे विकृत इतिहासलेखन खऱ्या इतिहासाला न्याय देऊ शकणार नाही; त्यासाठी इतिहासलेखनाची तिसरी वस्तुनिष्ठ भूमिका व समीक्षेचीही तिसरी नि:पक्षपाती भूमिका, संस्कृतीच्या सर्व प्रवाहांत केंद्रस्थानी विकसित करणे आवश्यक आहे. त्याच दिशेने टाकलेले एक पाऊल म्हणजेच हा लेखनप्रपंच होय.'

ब्राह्मणांनी आपल्या वर्णाचे वर्चस्व शिवचरित्रात निर्माण व्हावे, यासाठी ब्राह्मण्याच्या चष्म्यातून इतिहासलेखन केले. ते ब्राह्मणेतरांना अन्यायमूलक वाटणे स्वाभाविक होते. त्याची प्रतिक्रिया म्हणून ब्राह्मणेतरांनी दुसरे टोक गाठून, विवेक पायदळी तुडवून, समस्त ब्राह्मण जातीवर आपला राग काढला, हे डॉ. सबनीस यांचे म्हणणे आहे. ते लिहितात, '(ब्राह्मणतेरांकडून) विवेक जाणीवपूर्वक पायदळी तुडवला गेला आणि ब्राह्मण्याचा राग समस्त ब्राह्मण जातीवर काढताना ब्राह्मणेतरांचे 'ब्राह्मण्य' उफाळून आले. सारांश, मराठ्यांचा इतिहास दोन्ही प्रवाहांतील काही विद्वानांच्या दुराग्रहामुळे दुहेरी ब्राह्मण्याचा बळी ठरला. तिसरा तटस्थ व जातधर्मरहित इतिहासलेखनाचा सत्यनिष्ठ प्रवाह उपेक्षित राहिला.'

तो तसा राहू नये, इतिहासाचे आकलन व मूल्यमापन वस्तुनिष्ठ विवेकी भूमिकेतून व्हायला पाहिजे, ही लेखकाची भूमिका आहे. आणि ही आपली भूमिका अधिक ठळक व्हावी, तिच्या मार्गावरून ब्राह्मण- ब्राह्मणेतर पक्षातील इतिहासकारांनी, विचारवंतांनी, तसेच पुढाऱ्यांनी जावे, ही त्याची

अंत:करणापासूनची इच्छा आहे. स्वत: ब्राह्मणकुलोत्पन्न असूनही ब्राह्मणग्रस्त ब्राह्मण लेखकांनाही 'लबाड ब्राह्मण' असे म्हणावयास तो कचरत नाही, तसेच ब्राह्मण्यग्रस्त ब्राह्मणेतर लेखकांनाही तो 'इतिहासद्रोही' म्हणून त्यांच्यावर आरोप ठेवताना कोणाच्या पांडित्याचा तो मुलाहिजाही राखत नाही. अर्थात ब्राह्मण व ब्राह्मणेतर अशा दोन्ही पक्षांतील सर्वच लेखक 'ब्राह्मणग्रस्त' आहेत, असा त्याचा दावा नाही.

आपल्या विवेकनिष्ठेला प्रमाण मानून डॉ. सबनीस यांनी म्हटले आहे : 'सर्वच ब्राह्मणेतर अभ्यासक कॉ. शरद पाटील यांच्यासारखी अनैतिहासिक भूमिका मांडत नाहीत. तसेच, सर्वच ब्राह्मण विद्वान असत्याची मांडणी करतात असेही म्हणता येत नाही. दोन्ही प्रवाहांतील 'जातनिष्ठ ब्राह्मण्य' मला नेहमीच निषेधार्ह वाटते; कारण दोन्ही प्रवाहांतील जातवादी प्रवृत्तीला अनेक विद्वान बळी पडलेत. ज्यांनी त्यांच्या त्यांच्या जातजाणिवेवर मात करून इतिहास लिहिला, तो विद्वानांचा विवेकी प्रवाह तिसऱ्या वस्तुनिष्ठ जातधर्मातील भूमिकेचे प्रतिनिधित्व करतो. या प्रवाहात काही ब्राह्मण व काही ब्राह्मणेतर विद्वान जरूर आहेत.

बेंद्रे, पगडी, शेजवलकर, कुरुंदकर, कॉ. गोविंद पानसरे, डॉ. साळुंखे, डॉ. पवार असा विवेकी इतिहासलेखनाचा प्रवाह सांगता येतो.'

या विवेकी इतिहासलेखकांच्या साक्षीने लेखकाने ब्राह्मणग्रस्त लेखकांच्या मतांचे खंडन अनेक ठिकाणी केलेले आहे. प्रसंगी त्यांचा गौरवही करण्यात त्याने काही हातचे राखलेले नाही. खरे तर हातचे राखून लिहिणे, हा लेखकाचा स्वभावधर्मच नाही.

आगरकरांच्या भाषेत सांगायचे तर प्रस्तुतचा ग्रंथ म्हणजे एक प्रकारचा 'विचारकलह' आहे आणि विचारकलहाच्या व्यासपीठावर हातचे राखून का वावरायचे, ही डॉ. सबनीस यांची भूमिका पारदर्शी, सत्यनिष्ठ व विवेकी अशी आहे. त्याबद्दल त्यांचे कौतुक करून त्यांस धन्यवादही दिले पाहिजेत.

आणखी एका गोष्टीबद्दल डॉ. सबनीस यांचे कौतुक करावयास हवे. ते अशासाठी की महाराष्ट्राच्या गेल्या शे-सव्वाशे वर्षांच्या इतिहासलेखनाच्या क्षेत्रात ब्राह्मण्यग्रस्त लेखकांच्या भूमिकेची परखड चिकित्सा करणारा व विवेकनिष्ठ वस्तुनिष्ठ इतिहासलेखनाचा यथोचित गौरव करणारा हा मराठी साहित्यातील पहिलाच वैचारिक ग्रंथ आहे. इतिहासलेखन क्षेत्रात, विशेषत: छत्रपती शिवाजी महाराज व छत्रपती संभाजी महाराज यांच्या चरित्र क्षेत्रात,

आजच्याच नव्हे तर भावी पिढीतील इतिहासकारांनी वर्ण, जाती, धर्म यांच्या मर्यादा पार करून विवेकाच्या मार्गावरून, सत्याच्या मार्गावरून, कशी वाटचाल करावयास हवी, याचे मार्गदर्शन करणारा हा मोलाचा ग्रंथ आहे. इतिहासलेखनशास्त्रावर निर्माण झालेल्या मराठी साहित्यात तो मैलाचा दगड ठरावा. यापेक्षा अधिक काय लिहावे!

❖

(डॉ. श्रीपाल सबनीस यांच्या 'छत्रपती शिवराय आणि ब्राह्मण-ब्राह्मणेतर वाद : विवेकवादी भूमिका' या ग्रंथास लिहिलेला 'पुरस्कार'
- १९-७-२०१९)

१२

शिवछत्रपती आणि कवी भूषण

छत्रपती शिवाजी महाराज यांचे पिता शहाजीराजे भोसले हे दक्षिणेतील एक बलाढ्य आदिलशाही सेनानी होते. त्यांच्या पदरी ७० हजार सैन्य होते. पुणे व बंगळूर अशा दोन्ही ठिकाणी त्यांच्या जहागिऱ्या होत्या. पुण्याच्या जहागिरीची व्यवस्था शिवाजीराजे पाहत होते, तर बंगळूरला राजधानी स्थापून शहाजीराजे तेथील राज्यकारभार पाहत होते. एखाद्या राजाप्रमाणे त्यांचे दरबारी वैभव होते. त्यांच्या दरबारात एकूण ७० विद्वान ज्ञानी पुरुष होते. हे पंडित सर्व भारतवर्षातून (पंडित) शहाजीराजांचा लौकिक ऐकून त्याच्याकडे आकृष्ट झाले होते.

शिवाजी महाराजांनी आपल्या पित्याचा संस्कृती व साहित्य यांचा वारसा पुढे चालविला. जे अनेक पंडित अथवा कवी रायगडावर त्यांच्याकडे आले त्यात कविराज भूषण याचे नाव अग्रक्रमाने घेतले पाहिजे. खुद्द भूषणने म्हटले आहे : 'देसन देसन ते गुनी, आवत जाचन ताहि। तिन में आयो एक कवि, भूषण कहियतु जाहि।'

भूषणाचा कालखंड म्हणजे क्रूरकर्मा औरंगजेब बादशहाचा कालखंड. हिंदू धर्म व संस्कृती यावर त्याने केलेल्या अत्याचाराने कष्टी व संतप्त

होऊन तो दक्षिणेतील पराक्रमी हिंदू राजाकडे शिवाजी महाराजांकडे त्याच्या असामान्य शौर्यकथांमुळे आकृष्ट झाला आणि मग त्याने आपल्या प्रतिभेच्या जोरावर 'शिवराजभूषण' आणि 'शिवा बावनी' यांसारखे साहित्यात मानदंड ठरावेत अशा काव्यग्रंथांची निर्मिती केली.

आपल्या काव्यरचनांतून भूषणने देशातील समकालीन हिंदू समाजातील दयनीय अवस्थेचे वर्णन करून, त्यावर मात करणारा शिवाजीराजा जर ना होता तर काय होते याचे विलक्षण वर्णन केले आहे. तो म्हणतो :

'देवल गिरावते फिरावते निसान अली ।
ऐसे समे राव राने सबे गये लबकी ।
कासीहू की कला गई । मथुरा समीद भई।
सिवाजी न होता तो सुनति होती सबकी।।'

(मुसलमान लोग मंदिरो गिराते है, अली का झंडा खडा करते है। ऐसे समयमें राव और राणा सभी भाग गए। काशी का प्रभा जाता रहा । मथुरा मस्जिद बन गई । यदी शिवाजी न होते तो हिंदुओं को खतना करवा लेना पडता।।)

औरंगजेब बादशहाच्या अन्यायी व अत्याचारी राजवटीने धुमाकूळ घातला होता. हिंदुस्थानातील कोणीही राजा त्याला अटकाव करू शकत नव्हता. भूषण म्हणतो :

''औरँग अठना साह सूर की न मानै आनि जबर जोराना भयो जालिम जमाना को।

देवल डिगाने राव राने मुरझाने अरु धरम ढहाना पन मेठ्यो हे पुराना को।।''

(औरंगजेब किसी को मानता नही था । वह ज़ालिम बन गया था । ऐसे समय में सभी राजाओं ने आशाओं को खो दिया था । किसी में भी विरोध करने का साहस नही था। धर्म भवन का भवन गिर गया था । पुराणों की मर्यादाएँ मिट गई थी।)

अशा ज़ालिम झालेल्या उन्मत्त सत्ताधीशाला विरोध करण्याचे सोडून हिंदू राजे आपापसात फाटाफूट माजवून बखेडे माजवीत होते; भूषण त्यांना दूषण देतो :

'आपस की फूट हीतें सारे हिंदुवान
टुटे टूटयो कुल रावन अनीति अति करते ।'

(मुघल शासक के अत्याचार की पराकाष्ठा चरम सीमा पर पहुँच गयी थी । और हिंदू शासक पतन के खाई में गिरते गिरते अस्तित्वहीन हो गये थे ।)

अशा अंधकारमय व निराशाजनक परिस्थितीत शिवाजी महाराज स्वदेशाच्या हिंदू धर्म व संस्कृतीच्या रक्षणासाठी धावून आले. ते दक्षिणेची ढाल बनले व तुर्कांचा काळ ठरले : 'तेरो कारवाल भयो दाच्छिन को ढाल भयो । हिंदु को दिवाल भयो, काल तुरकान को ।।'

औरंगजेबाने हिंदू धर्म व संस्कृतीवर चालवलेल्या अत्याचाराच्या पार्श्वभूमीवर भूषणला शिवाजी महाराजांचे कार्य 'हिंदू व हिंदुत्वाचा रक्षक' म्हणून फार भावले आणि म्हणून महाराजांच्या या संदर्भातील कार्याचे वर्णन करताना त्याची प्रतिभा एकसारखी कशी विलसत राहते, ते पाहा :

'राखी हिंदुवानी हिंदुवान को तिलक राख्यों अस्मृति पुरान राखे बेद बिधि सुनी मैं । राखी रजपुती राजधानी राखी राजन की, धरा मैं धरम राख्यों राख्यों गुन-गुनी में।'

(हे शाहजी के सुपुत्र शिवाजी महाराज, आपकी तलवार ने हिंदुत्व बचाया और हिंदुओं की तिलक की रक्षा की, वेद-पुराणों की रक्षा की है। क्षत्रियत्व की रक्षा के साथ राजाओं की राजधानी बचाई, गुणियों में गुण की रक्षा की।)

हिंदूंचे हिंदुत्व, वेद-पुराणे, क्षत्रिय राजे यांचे रक्षण शिवाजी महाराजांच्या तलवारीने केले, असे सांगून पुढे एके ठिकाणी भूषण सांगतो :

'भूषण सुकवि जीति मरहठटन की देस-देस की रति बखानी तब सुनी मैं।

साहि के सपूत सिवराज समसेर तेरी दिल्ल दिल दाबिकै दिवाल राखी दुनी मैं।'

(हे शाहजी के सुपुत्र शिवाजी महाराज, आपने मराठों की सीमा की विजय की और मैने सुना है कि देश-देश ने आपकी कीर्ति का वर्णन किया है । आपने दिल्ली की सेना को हराकर संसार की मर्यादा राखी।)

दिल्लीपतीच्या फौजांना हरवून हिंदूंच्या स्वत्वाचे व धर्माचे रक्षण करणारा कीर्तिमान राजा एवढेच वर्णन करून भूषण थांबलेला नाही. संपूर्ण भूषण काव्यात त्याने आपल्या प्रतिभेचे व भाषाशैलीचे मनोहर ताटवे फुलविले आहेत : सूर्याप्रमाणे प्रतापी, मंदिर व देवता यांचा रक्षक, दुर्जनांचा संहारक,

नीतिमान, न्यायी शासक, दूरदर्शी, जनकल्याणी, उदार, विद्याप्रोत्साहक, साहसी, धैर्यवान, युक्तिमान, स्वाभिमानी, बुद्धिमान, चतुर, मानवतेचे भूषण, दीनदयाळू, स्त्रीदाक्षिण्याचा पुतळा अशा अनेक गुणांची उधळण भूषणने आपल्या काव्यात केलेली आहे. एके ठिकाणी तो म्हणतो,

'साहितनै सरजा समरत्थ करी करनी धरनी पर नीकी।

भूलिगो भोज से विक्रम से औ भई बलि वेनु की कीरति फीकी।'

(शाहजी के पुत्र सब प्रकार से समर्थ वीर केसरी शिवाजी महाराज ने पृथ्वी पर ऐसे उत्तम कार्य किये हैं कि उनके सामने लोग बलि तथा वेणु* जैसे महादानी राजाओं का यश फीका पडा और प्रतापी विक्रमादित्य को भूल गये।)

आणखी एका ठिकाणी भूषणने शिवाजीराजाची तुलना जनक, ययाति व अंबरीश या महान पौराणिक राजांबरोबर केलेली आहे. :

'आजुयहि समै महाराज सिवराज तुही।

जगदेव जनक जजति अंबरीक सो ।।'

शिवाजीराजा हा खराखुरा ज्ञानी पुरुष होता. ईश्वराची सगुण व निर्गुण अशी दोन प्रकारची रूपे आहेत असे जाणून दोन्ही रूपांचा तो चाहता होता, पाहा :

'चाहत निर्गुण सगुण को, ज्ञानवंत की बान।

प्रकट करत निर्गुण सगुण, सिवा निवजै दान ।।'

आपल्या काव्यात शिवचरित्रातील अफझलखानाचा वध, आग्र्याहून सुटका, सिंहगडचे युद्ध, साल्हेरची लढाई अशा काही मोजक्याच पण महत्त्वाच्या घटनांवर भूषणने काव्यरचना केली आहे. अफझलखान वधाचे आलंकारिक वर्णन करताना तो म्हणतो :

'हिंदुआन द्रुपदी की इज्जति बचैबे काज ।

झपटि बिराटपुर बाहर प्रभाव को ।'

(हिंदूरूपी द्रौपदी की इज्जत को बचाने के लिए भीमरूपी शिवाजी महाराज ने प्रतिज्ञा करके विराटनगर से बाहर निकलकर अफझलरूपी कीचक को मार डाला था।')

---

* वेणु हा अयोध्येचा नरेश होता. तो निरीश्वरवादी पण वैज्ञानिक दृष्टीचा व न्यायप्रिय राजा होता.

याहीपेक्षा आग्र्याच्या दरबारातील शिवाजी महाराज व बादशहाच्या भेटीचे व त्यांच्या निर्भय व स्वाभिमानी वृत्तीचे भूषणने केलेले वर्णन बहारदार आहे.

दरबारात आपणास उचित असा सन्मान न दिल्याचे पाहून शिवाजी महाराज क्रोधित झाल्याचे व त्या भावनावेगात बादशहाला मुजरा न करता बाहेर पडल्याचे सांगतो. पाहा :

'सबन के ऊपर ही ठाढ़ो रहिबे के जोग ताहि खरो कियो छ-हजारिन के नियरे। जानि गैरमिसिल गुसीले गुसा धरि मन कीन्हो ना सलाम न बचन बोले सियरे। भूषन भनत महाबीर बलकन लाग्यौ सारी पातसाही के उड़ाय गए जियेरा। तमक तें लाल मुख सिवा को निरखि भए स्याएमुख नौरंग सिपाह मुख पियरे।

(शिवाजी महाराज औरंगजेब के दरबार में सर्वोच्च स्थान के अधिकारी थे, उन्हें औरंगजेब ने छः हजारी मनसुबेदारी की पंक्ति में खड़ा रखकर उनका अपमान किया और इस प्रकार उनके प्रति अपने मानसिक भाव को अभिव्यक्त कर दिया। इस कार्य को न्याय-विरुद्ध एवं अनुचित जानकर शिवाजी अत्यंत क्रोधित हो गए। उन्होंने आवेश में औरंगजेब को अभिवादन न करने की दरबार की मर्यादा का उल्लंघन कर शिवाजी ने औरंगजेब को न केवल अपने मानसिक क्रोध से अवगत करवा दिया वरन अपने वीर रूप से भी परिचित करवा दिया। शत्रु के दरबार में चारों ओर से सुरक्षा को खतरे में डालकर शत्रु की मर्यादा की उपेक्षा निर्भिक परमवीर शिवाजी करते हैं। कवि भूषण कहते हैं, शिवाजी महाराज का क्रोध देखकर औरंगजेब का मुख अपमान के कारण लाल हो गया तथा सैनिकों के मुख भय के कारण पीले पड़ गए।)

औरंगजेब बादशहाला चकवा देऊन शिवाजी महाराज आग्र्याच्या कैदेतून कसे निसटले हे त्याला शेवटपर्यंत समजू शकले नाही. बादशहाने लाखो सैन्य पाठलागावर पाठविले; पण त्या सर्वांच्या तावडीतून निसटून महाराज रायगडावर पोहोचले. महाराजांच्या या अभूतपूर्व धैर्याचे व यशाचे वर्णन करताना भूषण म्हणतो :

'घिरे रहे घाट और बाट सब घिरे रहे बरस दिना की गैल छिन माँहि छवै गयो। ठौर-ठौर चौकी ठाढ़ी रही अन्सवारन की मीर उमरावन के बीच हवै चलै गयो। देखे में न आयो ऐसे कौन जानै कैसे गयो दिल्ली कर मीडै

कवी भूषण

कर झारत कितै। सारी पातसाही के सिपाह सेवा सेवा करें परयो रहयो पलँग परेवा सेवा है गयो।'

(आगरा किले से छत्रपति शिवाजी, लाखों सैनिकों के पीछे करते समय भी उन सभी को चकमा देकर सकुशल राजगड़ पहुँच गये। भूषण कहते हैं कि महाराष्ट्र की तरफ आनेवाले सब रास्ते उतार और घाट मुगलों ने रोक लिए । स्थान-स्थान पर घुड़सवारों की चौकियाँ बिठा दीं। इतना होते हुए भी सरदार और उमरावों के बीच से शिवराज भाग गए। किसी तरह से भाग गए किसी को पता नहीं। दिल्ली शासन को परास्त करके चकमा देके वे भाग गए। बादशाह के सभी सिपाही शिवा-शिवा करते पड़े रहे और शिवराज पंछी की तरह भाग गए।)

पुरंदरच्या तहाने जे किल्ले शिवाजी महाराजांनी मोगल बादशहास दिले होते ते आता आग्र्याहून परतल्यावर महाराजांनी काबीज करावयास प्रारंभ केला होता. सिंहगड हा अत्यंत महत्त्वाचा किल्ला महाराजांना शत्रूला द्यावा लागला होता. तो परत जिंकून घेण्याची कामगिरी महाराजांनी तानाजी मालुसरे व त्याचा भाऊ सूर्याजी यांच्यावर सोपविली होती. त्यांनी आपल्या मावळ्यांसह रात्रीच कडा चढून किल्ल्यातील शिबंदीवर हल्ला चढविला. किल्लेदार उदयभान राठोड आपल्या सैनिकांसह चाल करून आला. पुढे काय झाले ते भूषण सांगतो :

'साहितनै सिव साहि निसा मैं निसाँक लियो गढ़सिंह सोहानौ।
राठिवरो को सँहार भयो लरि कै सरदार गिरयौ उदैभानौ ।।
भूपन यो घमासान भो भूतल घेरत लोथिन मानो मसानौ ।
कयै सुछज्ज छटा उचटी प्रगटी परभा परभात की मानौ ।।'

(शाहजी के पुत्र शिवाजी महाराज ने निर्भयतापूर्वक सिंहगढ़ को रात में युद्ध करके विजय कर दिया। किले में समस्त राठौड क्षत्रिय मारे गये और तानाजी मालुसरे के हाथों उदयभानु भी इस युद्ध में मारा गया । कवि भूषण कहते हैं कि ऐसा घमासान युद्ध हुआ था। मानो पृथ्वीतल लाशों से घिरा

हुआ शमशान हो । शिवाजी के दुर्ग विजय की सुचना देने के लिए घुड़सवारों की फूस की झोपडियो में आग लगा ही ऊँचे छज्जों पर आग इस प्रकार भडकी मानो प्रभातकाल की लाली फैल गई हो।)

भूषणने शिवचरित्राच्या घटना बारीक तपशिलासह अभ्यासलेल्या होत्या असे दिसते; कारण सिंहगडावर मराठ्यांना विजय मिळाल्यावर ही बातमी राजगडावरील महाराजांना व मातु:श्री जिजाऊसाहेबांना समजावी म्हणून मावळ्यांनी गवताच्या गंजीला आग लावल्याचे सभासद बखरीत नमूद आहे. भूषणही तेच सांगतो.

शिवाजी महाराजांचे व्यक्तिमत्त्वच इतके प्रभावी होते की त्यांच्यासाठी त्यांचे सैनिक जिवाचीही पर्वा न करता तोफांच्या भडिमारात शत्रूवर चाल करून जात, अशी साक्ष भूषण देतो :

"छूटत कमान बान बंदुकरू कोकबान मुसकिल होत मुरचानहू की ओट में। ताही समै सिवराज हुकुम कै हल्ला कियो दावा बाँधि द्वेषिन पै बीरन लै जोट में। भूषन भनत तेरी हिम्मति कहाँ लौं कहौं किम्मति इहाँ लगि है जाकी भटसोट में। ताव दै दै मूछन कगुरन पै पाँव दै दै धाव दै दै अरि मूख कूदे परैं कोट में ।।

(शिवाजी महाराज के व्यक्तित्व से प्रभावित होकर वीर उनका आदेश पाकर तोफों, बाणों, बंदुकों और कुहूकबाणों की धुआँधार मार के बीच, जहाँ मोर्चों की ओट में भी प्राण बचाना मुश्किल हुआ करता था, वहाँ मूँछों पर ताव दे, किले के कँगुरों पर पाँव रख शत्रुओं के मूँह पर घाव कर किले में कूद पडते थे।)

शेवटी भूषण छत्रपती शिवाजी महाराज यांच्या प्रति शुभकामना व्यक्त करताना म्हणतो :

'पुहुलि फणानि रवि सारी पवन, जब लौं रहे अकास । सिव सरजा तब लौं जियौ, 'भूषन' सुजस ग्रकासा।'

(जब तक पृथ्वी, जल, सूर्य, चंद्रमा, वायु और आकाश है तब तक है वीर केसरी शिवाजी आप जीवित रहें और आपके सुयश का प्रकाश होवे।)

छत्रपती शिवाजी महाराजांच्या पराक्रमाची कीर्ती सर्व हिंदुस्थानभर पसरली होती. तिचाच एक प्रभाव म्हणून उत्तर हिंदुस्थानी कवि भूषण त्यांच्याकडे आकृष्ट झाला. त्याने शिवरायावर रचलेले हे काव्य भारतीय साहित्यात

अमर ठरले आहे. भूषणला अलौकिक प्रतिभा लाभलेली होती. त्याचबरोबर समोर घडणाऱ्या ऐतिहासिक घटनांचेही तो अचूक परिशीलन करू शकत होता. मुस्लीम राज्यकर्त्यांचे अत्याचार थोपविणे हिंदुस्थानातील कोणालाही शक्य झाले नव्हते. पराक्रमी रजपूत राजेही हतबल झाले होते. या पार्श्वभूमीवर भूषणला शिवाजी महाराजांचे पराक्रम अद्भुत वाटणे स्वाभाविक होते. कवि भूषणच्या दृष्टिकोनातून शिवाजी महाराजांचे सर्वांत महत्त्वाचे कार्य म्हणजे हिंदूंच्या हिंदुत्वाचे त्यांनी रक्षण करून त्यांच्या ठिकाणी आत्मसन्मानाचे व मनोबलाचे चैतन्य निर्माण केले. दुसऱ्या शब्दांत शिवरायांमुळे हिंदूंची लाज राखली गेली.

काव्यशास्त्रदृष्ट्या भूषणाच्या काव्याचा दर्जा उच्च प्रतीचा आहेच; पण मराठी माणसाच्या दृष्टिकोनातून भूषणच्या काव्यप्रतिभेपेक्षा दूर उत्तरेकडील एक पंडित शिवरायांची कीर्ती ऐकून दक्षिणेत महाराष्ट्रात येतो, रायगडावर शिवछत्रपतींची भेट घेतो. महाराज त्याला राजाश्रय देतात आणि मग तो शिवाजी महाराजांचे युगकार्य आपल्या काव्यातून समस्त हिंदवासीयांसमोर सादर करतो, हीच बाब लाखमोलाची होती व आहे.

भूषणचे काव्य हे शिवचरित्राचे एक महत्त्वाचे साधनही आहे. अखिल हिंदुस्थानातील जनतेचा दक्षिणेतील या राजाकडे बघण्याचा दृष्टिकोन काय होता, हे या काव्यावरून आज आपणास कळू शकते. कविश्रेष्ठ भूषणचे हे मराठी माणसांवर कायमचे ऋण आहे, हे मान्यच करावे लागेल.

कवि भूषण याच्या काव्याचे परिशीलन करीत असता डॉ. जयश्री वाडेकर यांनी आपल्या मताच्या पुष्ठ्यर्थ आचार्य भगीरथप्रसाद दीक्षित, डॉ. शकुंतला अरोरा, डॉ. वसंत मोरे, डॉ. जयदेवकुमार शर्मा आदी अनेक विद्वानांच्या मतांचा परामर्श घेतला आहे. त्यामुळे त्यांच्या विवेचनाची खोली मूल्यांकनदृष्ट्या वाढलेली आहे. डॉ. वाडेकर यांनी अत्यंत परिश्रमपूर्वक भूषणकाव्याची मीमांसा करून प्रस्तुत विषयाच्या ग्रंथसंभारात मोलाची भर टाकली आहे, त्याबद्दल त्यांचे हार्दिक अभिनंदन करणे इष्ट ठरेल.

शेवटी डॉ. वाडेकर यांना एक सूचना कराविशी वाटते. ती म्हणजे कवि भूषणवरील त्यांचे दोन्ही ग्रंथ मराठी बंधू-भगिनींसाठी मराठीत आणावेत. त्यामुळे भूषणाविषयीच्या मराठी साहित्यात भर पडून ते अधिक समृद्ध होईल.

❖

परिशिष्ट

भूषणच्या पदांचा मराठी अनुवाद

देसन देसन ते गुनी, आवत जाचन ताहि ।
तिनमे आयो एक कवि, भूषण कहियतु जाहि ।।

अर्थ - शिवरायांची रुचिदानामुळे सर्वत्र ख्याती झाली. त्या प्रसिद्धीवर देशांत राहून गुणी लोक त्यांच्याकडे याचना करण्याकरिता येऊ लागले, त्यातच 'भूषण' म्हणविला जाणारा एक कवि आला.

हिंदुआन द्रुपदी की इज्जति बचैबे काज ।
झपटि बिराटपुर बाहर प्रभाव को ।।

अर्थ - भूषण म्हणतो हा शिवाजी तोच आहे की ज्याने एकट्याने भीम होऊन हिन्दुस्वरूप द्रौपदीची अब्रू वाचविण्याकरिता अफजलरूपी कीचकाशी घोर युद्ध करून त्यास ठार मारिले.

आजुयहि समै महाराज सिवराज तुही ।
जगदेव जनक जजति अंबरीक सो ।।

अर्थ - हे शिवाजी महाराज! सांप्रत, तुम्हीच जगदेव, जनक, ययातिजनक आणि अंबरीश आहात.

राखी हिंदुवानी हिंदुवान को तिलक राख्यों अस्मृति पुरान

राखे बेद बिधि सुनी मैं । राखी रजपुती रजधानी राखी राजन की, घर मैं धरम राख्यो राख्यो गुन-गुनि में।

अर्थ - हे शहाजीचे सुपुत्र शिवराज! तुम्ही हिंदूंचे धर्म-चिन्ह तिलक, तसेच स्मृति, पुराणे यांचे संरक्षण करून वेदमर्यादा कायम ठेविली. रजपूत राजांच्या राजधानीचे संरक्षण केले. पृथ्वीवर धर्म राखिला आणि गुणीजनांचा गुण कायम ठेविला.

पुहुमि पानि रवि ससि पवन जबलौ रहै अकास ।
सिव सरजा तब लौं जियो 'भूषन' सुजस ग्रकासा ।।

अर्थ - भूषण म्हणतो, जोवर पृथ्वी, जल, सूर्य, चंद्र, वायू आणि आकाश ही आहेत तोवर सरजा शिवाजी जिवंत राहो आणि त्याच्या सुयशाचा प्रकाश पसरो.

देवल गिरावते फिरावते निसान अली ।
डोसे समे राव राने सबे गये लबकी ।
कासीहु की कला गई । मथुरा मसीद भई ।
सिवाजी न होता तो सुनीत होती सबकी ।।

अर्थ - मुसलमानांनी देवस्थाने पाडली व अलीचे झेंडे चहूकडे मिरविले तेव्हा रावराणे अगदी निर्बल व निस्तेज झाले. अशा वेळी शिवाजी झाला नसता तर काशीची कला गेली असती मथुरेत. चहूकडे मशिदी दिसून सर्वांची सुंता झाली असती.

सबन के ऊपर ही ठाठो रहिबे के जोग ताहि खरो कियो छ-हजारिन के नियरे । जानि गैरमिसिल गुसीले गुसा धरि मन कीन्हो ना सलाम न बचन बोले सियरे । भूषन भनत महाबीर बलकन लाग्यौ सारी पातसाही के उडाच गडा जियेरा । तमक हों लाल मुख सिवा सिवा को निरखि भडा स्याएमुख नौरँग सिपाह मुख पियरे ।

अर्थ - सर्वांपेक्षा अधिक मान मिळण्याची ज्या (शिवाजी) ची योग्यता त्यास लहान-लहान (पंचहजारी) सरदारांच्या रांगेत उभे केले. अशा अयोग्य स्थानी उभे केल्यामुळे शिवाजीस अतिशय राग आला. त्या वेळी त्याने बादशहास सलाम केला नाही किंवा विनयाचे काही भाषण केले नाही. भूषण म्हणतो, महावीर शिवाजी संतप्त होऊन बडबडू लागला तेव्हा दरबारातील सर्व लोकांचे जीव उडून गेले. संतापाने लाल झालेले शिवाजीचे मुख पाहून औरंगजेबाचे तोंड काळेठिक्कर पडले व शिपायांची तोंडे पिवळी

पडली.

चाहत निरगुन सगुण को, ज्ञानवंत की बान ।
प्रकट करत निरगुन सगुण, सिवा निवजै दान ।।

अर्थ - ज्ञानी आणि गुणी पुरुष जसे अवगुणरहित सगुणाची वांछा करितात, तद्वतच वीर शिवाजी अवगुणरहित गुणीजनांवर कृपा करतो.

घिरे रहे घाट और बाट सब घिरे रहे बरस दिना की गैल छिन माँहि छवै गयो।

ठौर - ठौर चौकी ठाठी रही अन्सवारन की मीर उमरावन के बीच हवै चलै गयो।

देखे में न आयो डोसे कौन जाने कैसे गयो दिल्ली कर मीडै कर झारत कितै । सारी पातसाही के सिपाह सेवा सेवा करैं परयो रहयो पलँग परेवा सेवा है गयो।

अर्थ - आग्रा किल्ल्याहून लाखो सैनिकांना चकमा देऊन छत्रपती शिवाजी सकुशल राजगडावर पोहोचले. महाराष्ट्राकडे जाणाऱ्या सर्व रस्त्यांवर पहारे ठेवले होते. जागोजागी सैनिकांच्या चौक्या, उमराव - सरदारांच्या कड्या पहाऱ्यातून शिवाजी निघून गेले. दिल्ली सरकार हातावर हात धरून मीठ चोळत बसले आणि बादशहाचे सैनिक शिवा-शिवा करत बसले तर शिवाजीराजे कबुतराप्रमाणे उडून गेले.

साहितनै सिंव साहि निसा मैं निसाँक लियो गढसिंह सोहानौ।
राठिवरो को सँहार भयो लरि कै सरदार गिरयौ उढैभानौ ।।
भूपन यो घमासान भो भूतल घेरत लोथिन मानो मसानौ ।
कयै सुछज्ज छटा उचटी प्रगटी परभा परभात की मानौ ।।

अर्थ - शहाजीपुत्र शिवाजीने सुंदर व शोभिवंत असा सिंहगड (किल्ला) नि:शंकपणे रात्रीच सर केला. राठोडांचा संहार झाला आणि उदयभान सरदार लढून मरण पावला. भूषण म्हणतो त्या वेळी भू-तल प्रेताने भरल्यामुळे स्मशानाप्रमाणे भीषण दिसत होते. अरुणोदयकालीन प्रभा फाकावी त्याप्रमाणे किल्ल्याच्या उंच सज्जावरून उजेड दिसू लागला.

औरँग अठाना साह सूर की न मानै आणि जबर
जोराना भयो जालि जमाना को । देवल डिगाने रावराने मुरझाने
अरू धरम दहारा पन मेठ्यो हे पुराना को ।।

अर्थ - औरंगजेब पूर्णपणे ज़ालिम बनला होता. तो कुणाला जुमानत

नव्हता. अशा वेळी सर्व राजे खचून जाऊन त्याला विरोध करण्याचे साहस करत नव्हते. धार्मिक स्थळे पाडली गेली. पुराणांची मर्यादा नष्ट झाली.

आपस की फूट होतें सारे हिंदुवान टूटे,
टूट्यो कुल रावन अनीति अति करते ।।

अर्थ - मुघल शासकांची अत्याचाराची पराकाष्ठा चरम सीमेला पोहोचली होती आणि हिंदू शासक विनाशाच्या खाईत पडून अस्तित्वहीन झाले होते.

भूषन सुकवि जीति मरहठटन की देस-देस की रति बखानी तब सुनी मैं ।

साहि के सपूत सिवराज समसेर तेरी दिल्ल दिल दाबिकै दिवाल राखी .... मैं।

अर्थ - हे शहाजी सुपुत्र शिवाजी महाराज! तुम्ही मराठा साम्राज्याचा विस्तार विजय केला. भूषण म्हणतो, मी असे ऐकले, संपूर्ण विश्वाने तुमचे यशोगान गायले आहे. तुम्ही दिल्ली सल्तनतला परास्त करून वीरभूमीची मर्यादा कायम ठेवली.

साहितनै सरजा समरत्थ करी करनी धरनी पर नीकी
भूलिगो भोज से विक्रम से औ भई बलि वेनु की कीरति फीकी।

अर्थ - शहाजी सुपुत्र सामार्थ्यवान, वीरकेसरी शिवाजी महाराज तुमचे भूतलावरचे कार्य एवढे महान आहे की वेणुसारखा महादानी तुमच्यासमोर फिका पडला आणि लोक प्रतापी विक्रमादित्याला विसरून गेले.

अनुवाद : प्रा. डॉ. जयश्री भास्कर वाडेकर

१३

कथा रायगडच्या मेघडंबरीतील शिवप्रतिमेची

(२००८ साली रायगडावरील राजसदरेवरील रिकाम्या मेघडंबरीत युवराज संभाजीराजे छत्रपती यांच्या प्रेरणेने शिवप्रतिमेची प्रतिष्ठापना केली गेली. त्यासाठी किती सव्यापसव्य करावे लागले त्याची ही कथा. या प्रयत्नाची दखल उद्या रायगडचा इतिहास लिहिताना घ्यावीच लागेल. प्रस्तुत लेख त्या प्रसंगी लिहिला गेला आहे.)

रायगड हा गडांचा राजा शोभावा असा बेलाग गड; पण त्याला खरे महत्त्व आले ते शिवाजी महाराजांनी हिंदवी स्वराज्याची राजधानी म्हणून त्याची निवड केल्याने आणि त्याचे महत्त्व शतपटीने वाढले ते महाराजांनी आपला राज्याभिषेक त्यावर केल्याने.

सव्वातीनशे वर्षांपूर्वी महाराजांनी स्वत:ला राज्याभिषेक करून या गडावर छत्रपतीपद धारण केले आणि दक्षिणेत मराठ्यांचे एक स्वतंत्र व सार्वभौम राज्य स्थापन झाल्याचे जाहीर केले. ही गोष्ट सामान्य नव्हती. त्या काळी हिंदुस्थानात शेकडो राजे होते; पण एक दिल्लीपती मोगल पातशहा सोडल्यास 'सार्वभौम' कोणीच नव्हते. त्या पार्श्वभूमीवर आद्य शिवचरित्रकार कृष्णाजी अनंत सभासदाने यथार्थ उद्‌गार काढले आहेत. तो म्हणतो- 'या युगी सर्व पृथ्वीवर म्लेंच्छ बादशहा. मऱ्हाटा पातशहा येवढा छत्रपती जाला. ही गोष्ट

काही सामान्य जाली नाही!'

अशा या युगायुगातून केव्हातरी घडणाऱ्या असामान्य घटनेचा साक्षीदार असलेल्या रायगडाविषयी तमाम मराठी बांधवांच्या मनात आदराची व श्रद्धेची भावना असल्यास नवल नाही. त्यामुळे रायगड हे शिवप्रेमींचे तीर्थस्थळ बनले आहे. अशा या गडावर दरवर्षी राज्याभिषेक स्मृतिदिन शिवप्रेमी मंडळी मोठ्या उत्साहाने साजरा करत असतात.

१९७४ साली रायगडावर राज्याभिषेक त्रिशताब्दी सोहळा मोठ्या प्रमाणावर साजरा झाला. त्यासाठी महाराष्ट्र शासनाने गोनीदा यांच्यासारख्या गडकोटप्रेमीच्या सल्ल्याने सिंहासन चबुतऱ्यावर बसविण्यासाठी एक भव्य पुतळाही तयार केला; पण रायगड हा केंद्रीय पुरातत्त्व खात्याच्या अखत्यारीत येत असल्याने व त्या खात्याने परवानगी नाकारल्यामुळे हा पुतळा शेवटी नाईलाजाने होळीच्या माळावर स्थापन करण्यात आला. तत्कालीन मुख्यमंत्री वसंतराव नाईक यांच्या हस्ते त्याचे अनावरण झाले.

पुढे शिवछत्रपतींच्या निर्वाणास ३०० वर्षे झाल्याप्रीत्यर्थ त्रिशताब्दी स्मृतिसोहळा रायगडावरच आयोजित केला गेला. त्यासाठी तत्कालीन प्रधानमंत्री स्व. इंदिरा गांधी यांना पाचारण केले होते. सिंहासन सदरेजवळ आल्यावर त्यांनी त्या ठिकाणी मेघडंबरी उभारण्याची सूचना केली. अर्थात मेघडंबरीच्या आतील शिवप्रतिमा ही त्यांनी गृहीत धरली असणार; पण पुढे महाराष्ट्र शासनामार्फत तेथे फक्त मेघडंबरीच बसवली गेली; आणि तिच्या तत्कालीन राष्ट्रपती ग्यानी झैलसिंग यांच्या हस्ते करण्यात आले. या वेळी राष्ट्रपतींच्या समवेत महाराष्ट्राचे तत्कालीन राज्यपाल कोंडा माधव रेड्डी, मुख्यमंत्री वसंतदादा पाटील, राजमाता सुमित्राराजे भोसले, गोनीदा, बाबासाहेब पुरंदरे आदी मातब्बर मंडळी उपस्थित होती. या वेळी मेघडंबरीत शिवाजी महाराजांचे सिंहासनाधिष्ठित असे एक चित्र लावलेले होते. याचा अर्थ त्या वेळच्या महाराष्ट्र शासनाला आणि पुरातत्त्व खात्यालाही रिकामी मेघडंबरी खटकत होती; पण वेळ मारून नेण्यासाठी त्यांनी महाराजांचे चित्र त्या ठिकाणी ठेवले होते. पुढे समारंभ संपल्यावर हे चित्र काढून घेतल्यानंतर मेघडंबरी जी रिकामी झाली ती परवापर्यंत तशीच होती.

त्यानंतर रायगडावर जाणाऱ्या प्रत्येक शिवप्रेमीस ही रिकामी मेघडंबरी खटकत राहिली. कोणी चौकशी केली तर पुरातत्त्व खातेच परवानगी देत नाही, असे उत्तर ठरलेले असे. वस्तुस्थितीही तशीच होती. कोणत्याही ऐतिहासिक वास्तूत तिचे ऐतिहासिकत्व जतन करण्यासाठी कोणताही फेरफार

करू नये, आणि करणे अगदी आवश्यक असल्यास पुरातत्त्व खात्याच्या परवानगीनेच तो करावा, हा त्या खात्याचा आद्य नियम आहे. या नियमानुसार सिंहासन सदरेवर मेघडंबरी बसवणे हीच नियमबाह्य गोष्ट होती; पण तत्कालीन पंतप्रधानांनीच इच्छा व्यक्त केल्याने पुरातत्त्व खात्याने नमते घेतले होते. मेघडंबरी बसविण्यासाठी चबुतऱ्यावर फूट दीड फूट जाडीचा सिमेंट कॉंक्रीटचा स्लॅब टाकावा लागला होता. तसेच त्याच्याभोवती दगडी बांधकामही करावे लागले होते. हे सर्व करू देण्यात पुरातत्त्व खात्याने आपल्या तत्त्वांना मुरड घातली होती, हे स्पष्ट आहे.

त्यामुळे असे झाले की, महाराजांच्या पुतळ्यास परवानगी नाकारल्याने तो होळीच्या माळावर बसवावा लागला आणि इकडे सिंहासन सदरेवर मेघडंबरी बसवली गेली; पण ती रिकामीच राहिली. म्हणजे पुतळा मेघडंबरीविना आणि मेघडंबरी पुतळ्याविना असे काहीसे विचित्र दृश्य रायगडावर निर्माण झाले. होळीच्या माळावरच्या पुतळ्याचे आकारमान एवढे मोठे आहे की तो मेघडंबरीत बसविणेही शक्य नव्हते. रायगडावर ही एक प्रकारची कोंडीच निर्माण झाली होती, ती फोडण्याचा प्रयत्नही फारसा होत नव्हता.

२००७ मध्ये सालाबादप्रमाणे राज्याभिषेक स्मृतिसोहळा साजरा झाला. प्रमुख पाहुणे म्हणून कोल्हापूरच्या छत्रपती घराण्यातील युवराज संभाजीराजे गेले होते. तेथे त्यांनी सिंहासन सदरेवर छोट्या शिवप्रतिमेचे पूजन केले; पण तेथील मेघडंबरीत शिवप्रतिमाच नसावी, याचे त्यांना नवल वाटले. चौकशीअंती त्यांना समजले की, या गोष्टीस केंद्रीय पुरातत्त्व खात्याचीच आडकाठी आहे; त्यापुढे कोणाचा इलाज चालत नाही.

संभाजीराजांनी परिस्थितीचे हे आव्हान स्वीकारले आणि जाहीर केले की, पुढच्या वर्षीचा सोहळा मेघडंबरीत प्रतिष्ठापित शिवप्रतिमेसमोर केला जाईल. महाराष्ट्रातील शिवप्रेमींच्या ताकदीवरच त्यांनी ही प्रतिज्ञावजा घोषणा केली होती. त्यांना खात्री होती की, लोकचळवळीच्या माध्यमातून आपण यशस्वी होऊ आणि मग राजांच्या मुंबई-दिल्लीच्या वाऱ्या सुरू झाल्या. भारत सरकारचे पर्यटन व सांस्कृतिक खात्याच्या मंत्र्यांचे कार्यालय पुरातत्त्व खाते यांच्याशी पत्रव्यवहार सुरू झाला. खुद्द त्या खात्याच्या मंत्री श्रीमती अंबिका सोनी यांनाही ते भेटले. रायगडावरील रिकाम्या पडलेल्या मेघडंबरीची व्यथा त्यांना सांगितल्यावर त्यांनी सहानुभूती दाखवून त्यात लक्ष घालण्याचे आश्वासन दिले. आपले खाते, पुरातत्त्व खाते व मराठी जनतेच्या वतीने संभाजीराजे यांच्यात त्रिपक्षीय करार करून हा प्रश्न तडीस लावता येईल,

असा एक प्रस्ताव त्यांनी पुढे केला. त्यास राजांनी मान्यता दिली; पण कुठेतरी माशी शिंकली आणि तो प्रस्ताव बारगळला. बहुदा पुरातत्त्व खात्याने आपली नियमावली पुढे करून शह दिला असावा.

दरम्यान, संभाजीराजांनी रायगडावर होणाऱ्या राज्याभिषेक स्मृतिदिनाच्या कार्यक्रमाची जोरदार तयारी चालविली. इतिहासाभ्यासकांकडून सिंहासनारूढ शिवप्रतिमेच्या संदर्भात मिळणारे सर्व संदर्भ गोळा करून कोल्हापुरातच मूर्ती घडविण्याचे काम सुरू केले. छत्रपती सिंहासनावर (गादीवर) कसे बसत याविषयीचा ठोस संदर्भ कोल्हापूरचे शेवटचे अभिषेक्त छत्रपती, शहाजी महाराज यांच्या, एका दरबार चित्रावरून मिळाला. या सर्व प्रयत्नांतून (उत्सव)मूर्ती तयार झाली. ६ जून रोजी रायगडावरील मेघडंबरीत ही उत्सवमूर्ती बसवून तिचे पूजन करावे आणि त्याबरहुकूम ब्राँझची मूर्ती लवकरच त्या ठिकाणी प्रतिष्ठापित करायची, अशी संभाजीराजांची योजना होती; पण त्यासाठी दिल्लीचा हिरवा कंदील मिळत नव्हता.

तेव्हा पुन्हा एकदा दिल्लीची वारी करायची असे संभाजीराजांनी ठरविले. दिल्लीच्या या भेटीत इतिहासाच्या संदर्भात काही शंका उपस्थित झाल्या तर त्यांचे निरसन करण्यासाठी त्यांनी प्रस्तुत लेखकास बरोबर घेतले. ३० मे रोजी आम्ही दिल्लीस पोहोचल्याबरोबर पुरातत्त्व खात्याच्या सरसंचालकांची भेट घेतली. मेघडंबरीचा सर्व इतिहास सांगून आम्ही शिवप्रेमी जनतेची मागणी त्यांच्या कानावर घातली. खुद्द त्या वेळच्या राष्ट्रपतींनी मेघडंबरीचे अनावरण केल्याचेही सांगितले; आणि त्या वेळी पुरातत्त्व खात्याने परवानगी दिल्याचेही निदर्शनास आणले. तथापि, सरसंचालक आपल्या भूमिकेशी ठाम होते. एक चूक झाली म्हणून दुसरी चूक करावयास परवानगी देता येणार नाही; नियमाला सोडून आपणास काही करता येणार नाही, असे त्यांनी गोड पण स्पष्ट शब्दांत सांगितले, ते फारसे अनपेक्षित नव्हते.

त्यानंतर आम्ही श्रीमती अंबिका सोनी यांची भेट घेतली. महाराष्ट्रातील जनतेच्या तीव्र भावना पुन्हा एकदा त्यांच्या कानावर घातल्या. राष्ट्रपती झैलासिंगांच्या रायगड भेटीत पुरातत्त्व खात्याने जसा अपवाद केला तसा आता का करू नये. मेघडंबरीत शिवाजी महाराजांची मूर्ती बसवल्याने ऐतिहासिक वास्तूस कसा काय अपाय होतो वगैरे वगैरे आमची बाजू आम्ही हिरिरीने मांडली. त्यांना आमचे म्हणणे पटत होते; पण त्या ठोस आश्वासन द्यायला तयार नव्हत्या. शेवटी आपल्या सेक्रेटरीशी चर्चा करा, असे त्या म्हणाल्या. सेक्रेटरीशी चर्चा करून काही निष्पन्न होणार नाही, हे जाणून

आम्ही त्यास न भेटताच निघालो.

दुसरे दिवशी मुंबईत आम्ही मुख्यमंत्री ना. विलासराव देशमुख तसेच गृहमंत्री ना. आर. आर. पाटील यांना भेटलो. त्या दोघांनीही लोकभावनेचा आदर आपण केला पाहिजे, मेघडंबरीत मूर्ती बसवण्याच्या संदर्भात आपण केंद्राची संमती मिळवण्यासाठी अवश्य प्रयत्न करू, असे आश्वासन आम्हास दिले. तुम्ही मेघडंबरीत बेधडक प्रतिमा बसवा; पण आम्हाला परवानगी विचारू नका. आमचा तुम्हास पाठिंबा आहे, असे उद्गार माझ्यासमोरच ना. विलासराव देशमुखांनी काढले. गृहमंत्र्यांनीही त्यास दुजोरा दिला. निदान महाराष्ट्र शासन तरी आपल्या पाठीशी आहे, हे पाहून एक दिलासा मिळाला.

मेघडंबरीतील शिवप्रतिमा

दरम्यान, महाराजांची उत्सवमूर्ती तयार झाली होती. कार्यकर्त्यांनी तिची अनेक जिल्ह्यांतून मिरवणूक काढून ५ जून रोजी रायगडाच्या पायथ्याशी आणली. संभाजीराजांनी ६ जूनच्या सोहळ्याचे जंगी आयोजन केले होते. शे-सव्वाशे बसगाड्यांतून पाच-सहा हजार तरुण-तरुणी रायगडावर आले होते. त्याशिवाय महाराष्ट्राच्या कानाकोपऱ्यातून, तसेच कर्नाटक-आंध्र राज्यांतूनही आलेल्या हजारो शिवप्रेमींनी गड अगदी फुलून गेला होता. एकूण २५ ते ३० हजारांचा लोकसमुदाय व त्यांचा प्रतिसाद संभाजीराजांनाही अनपेक्षित होता. त्या सर्वांचा भोजनाचा प्रबंध गडावर राजांनी केला होता.

अशी सर्व जय्यत तयारी शिवप्रेमींचा प्रचंड प्रतिसाद मिळूनही मेघडंबरीत मूर्ती बसविण्याची परवानगी अद्यापि मिळाली नव्हती. संभाजीराजे आणि त्यांचे कार्यकर्ते अस्वस्थ होते. शासनाकडून मूर्ती बसवण्याचे ठोस आश्वासन मिळाल्याशिवाय आपण गड सोडणार नाही, असे त्यांनी जाहीर केल्यामुळे पेच अधिकच वाढणार असा रागरंग दिसत होता. परिस्थिती केव्हाही स्फोटक बनू शकत होती. विषय तसा फार नाजूक आणि महाराष्ट्राच्या अस्मितेचा होता. महाराष्ट्र शासनाने काही ठोस पावले उचलणे आवश्यक होते.

आणि विशेष म्हणजे परिस्थितीचे आणि विषयाचे गांभीर्य ध्यानात घेऊन मुख्यमंत्री व गृहमंत्री यांनी तातडीने पावले उचलली. श्रीमती अंबिका

सोनी यांच्याकडे साकडे घातले. महाराष्ट्रातील जनतेच्या भावनांची आपण कदर करायलाच हवी, हे त्यांच्या आवर्जून ध्यानी आणून दिले आणि त्यांच्याकडून मेघडंबरीतील शिवप्रतिमेसाठी आणि होळीच्या माळावरच्या शिवप्रतिमेवरील छत्रीसाठी खास परवानगी मिळवली. रात्री ९ वा. संभाजीराजांना ही सुवार्ता सांगणारा गृहमंत्र्यांचा फोन आला आणि मग रायगडाच्या आसमंतातील सारा नूरच बदलला. गडावरच्या कार्यकर्त्यांच्या आनंदाला पारावार उरला नाही. त्यांनी रात्रीच शिवरायांची उत्सवमूर्ती मेघडंबरीत बसवून त्यांच्या नावाचा जयजयकार आरंभिला.

दुसऱ्या दिवशीचा रायगडावरील शिवप्रेमींचा उत्साह अवर्णनीय होता. वाद्यांच्या गजरात व घोषणांच्या निनादात हजारो शिवप्रेमींच्या उपस्थितीत संभाजीराजांनी शिवप्रतिमेचे पूजन केले आणि केंद्र शासनाचा निर्णय जाहीर केला. त्या वेळी जणू तीनशे वर्षांपूर्वीची शिवशाहीच अवतरली असा भास झाला. या प्रसंगाचे वर्णन व छायाचित्रे वृत्तपत्रांत प्रसिद्ध झालेलीच आहेत. म्हणून त्यांचा परामर्श येथे घेत नाही.

केंद्र सरकारचा आदेश असा आहे, की महाराष्ट्र शासनाने पुढाकार घेऊन केंद्रीय पुरातत्त्व खात्याच्या सहकार्याने आणि महाराष्ट्रातील संबंधित संस्थांच्या सल्ल्याने मेघडंबरीमध्ये शिवाजी महाराजांचा पुतळा (Statue) बसविण्याची व होळीच्या माळावरच्या पुतळ्यावर छत्री (Canopy) बसविण्याची व्यवस्था करावी.

शासनाचा निर्णय ऐतिहासिक होता. हा निर्णय सहजासहजी झालेला नसून त्यामागेही काही इतिहास आहे. आणि या इतिहासाला एक इतिहासाभ्यासू म्हणून मी साक्षीदार असल्याने, त्याची काही नोंद व्हावी, हा या लेखन प्रपंचामागचा हेतू आहे.

छत्रपती घराण्यातीलच युवराजांनी–संभाजीराजांनी– या कामी पुढाकार घेतला; वर्षभर ते अंत:करण ओतून अथक प्रयत्न करत राहिले. रिकामी, ओकीबोकी दिसणारी मेघडंबरी आता शिवप्रतिमा विराजमान होऊन शोभायमान होणार, याचे श्रेय त्यांना व त्यांच्या पाठीशी उभे राहणाऱ्या हजारो कार्यकर्त्यांना व शिवप्रेमींना दिले पाहिजे. मुख्यमंत्री, गृहमंत्री ही आपलीच माणसं, त्यांनी शेवटच्या क्षणी दिल्लीपतींचे मन वळविण्यात यश संपादन केले. त्यांनाही धन्यवाद दिले पाहिजेत आणि शेवटी आपण सर्व मराठी माणसांनी, तमाम शिवप्रेमींनी श्रीमती अंबिका सोनींचेही ऋणी असायला हवे; कारण त्यांनी मोठ्या मनाने महाराष्ट्राच्या अंतरीची इच्छा ओळखून त्यांच्या मागणीस होकार दिला.

❖